Sách hướn
tuyệt đỉnh cho món ăn nhẹ
và bánh vuông

100 CÔNG THỨC NẤU ĂN MẶN VÀ NGỌT CHO MỌI CUỘC TỤ HỌP

Xuân Đào

Sommario

GIỚI THIỆU

Bánh brownie là gì? Bánh brownie là món tráng miệng nướng sô cô la hình vuông hoặc hình chữ nhật. Bánh brownie có nhiều hình dạng khác nhau và có thể mềm dẻo hoặc giống bánh, tùy thuộc vào độ đặc của chúng. Chúng có thể bao gồm các loại hạt, kem phủ, phô mai kem, vụn sô cô la hoặc các thành phần khác.

Fat bomb là gì? Fat bomb là đồ ngọt ít carb và không đường, thường được làm bằng dầu dừa, bơ dừa, phô mai kem, quả bơ và/hoặc bơ hạt. Hầu như bất kỳ thứ gì nhiều chất béo, không đường và ít carb đều có thể trở thành fat bomb.

Viên tráng miệng là gì? Về cơ bản, đây là một loại bánh kẹo ngọt ngào làm từ đường và thường được thêm hương vị hoặc kết hợp với trái cây hoặc các loại hạt. Còn gì tuyệt hơn một món tráng miệng xa hoa? Một món tráng miệng có hình dạng như một viên bi!

Từ giờ trở đi, việc nướng một mẻ bánh brownie, bánh fat bomb hay bánh tráng miệng sẽ trở nên dễ dàng như với lấy những hộp bánh này, nhờ vào những công thức này.

Hãy cùng khám phá nhé!

BROWNIES & KẸO FUDGE

a) Bánh brownie sô cô la hạt phỉ

Thành phần:

- 1 cốc bột ca cao không đường
- 1 cốc bột mì đa dụng
- 1 thìa cà phê baking soda
- ¼ thìa cà phê muối
- 2 muỗng canh bơ nhạt
- 8 muỗng canh bơ
- 1½ cốc đường nâu sẫm, đóng chặt
- 4 quả trứng lớn
- 2 thìa cà phê chiết xuất vani
- ½ cốc sô-cô-la sữa
- ½ cốc sô-cô-la chip bán ngọt
- ½ cốc hạt phỉ rang, thái nhỏ

a) Làm nóng lò nướng ở nhiệt độ 340°F (171°C). Phủ nhẹ một lớp dầu ăn chống dính lên khay nướng 9×13 inch (23×33cm) và để sang một bên. Trong một bát vừa, trộn bột ca cao không đường, bột mì đa dụng, baking soda và muối. Để sang một bên.

b) Đun chảy bơ nhạt và bơ trong nồi hơi đôi ở nhiệt độ thấp. Khi đã tan chảy, nhấc ra khỏi bếp và khuấy đều với đường nâu sẫm. Đổ hỗn hợp bơ-đường vào hỗn hợp bột và khuấy đều.

c) Trong một cái bát lớn, đánh trứng và chiết xuất vani bằng máy trộn điện ở tốc độ trung bình trong 1 phút. Từ từ thêm hỗn hợp bơ-bột và trộn thêm 1 phút nữa cho đến khi vừa hòa quyện. Thêm vụn sô cô la sữa, vụn sô cô la bán ngọt và hạt phỉ, và đánh trong vài giây để nhanh chóng phân phối.

d) Đổ hỗn hợp vào khuôn đã chuẩn bị và nướng trong 23 đến 25 phút hoặc cho đến khi mặt bánh sẫm màu và khô. Để nguội hoàn toàn trong khuôn trước khi cắt thành 24 miếng và chuyển ra đĩa.

e) Bảo quản: Bọc kín bằng màng bọc thực phẩm và bảo quản trong tủ lạnh từ 4 đến 5 ngày hoặc trong tủ đông từ 4 đến 5 tháng.

b) Bánh Brownie Sôcôla

Thành phần:
10. 1/4 cốc bơ
11. 1/4 cốc bơ thường
12. 2 quả trứng
13. 1 thìa cà phê chiết xuất vani
14. 1/3 cốc bột ca cao không đường
15. 1/2 cốc bột mì đa dụng
16. 1/4 thìa cà phê muối
17. 1/4 thìa cà phê bột nở

Đối với lớp phủ:
- 3 thìa bơ, làm mềm
- 1 teaspoon bơ, làm mềm
- 1 thìa mật ong
- 1 trà thêm vani
- 1 cốc đường

Hướng dẫn:
- Làm nóng lò ở nhiệt độ 330 độ F.
- Quét mỡ và rắc bột vào khuôn vuông có kích thước 8 inch.
- Trong một chiếc chảo lớn, đun chảy 1/4 cốc bơ và 1/4 cốc bơ ở nhiệt độ rất thấp.
- Nhấc khỏi bếp, khuấy đều với đường, trứng và 1 thìa cà phê vani. Đánh tan 1/3 cốc bột, 1/2 cốc bột mì, muối và bột nở. Đổ bột vào khuôn đã chuẩn bị.
- Nướng trong lò nướng nóng trong 25 đến 30 phút. Đừng quá đáng.

Đối với lớp phủ sương:

Trộn 3 thìa bơ mềm và 1 thìa bơ; thêm thìa canh đường, mật ong, 1 thìa chiết xuất vani và 1 cốc đường bột. Khuấy cho đến

khi mịn

c) Bánh Brownie Rockyy Road

Năng suất: 12 chiếc bánh brownie

Thành phần:
- 1/2 cốc bơ tẩm cần sa
- 1/8 cốc bơ
- 2 ounce sô cô la không đường
- 4 miếng sô cô la đắng ngọt hoặc vừa ngọt
- 3/4 cup all-purpose flou r
- 1/2 thìa cà phê muối
- 1 cốc đường hạt
- 2 quả trứng lớn
- 1 thìa cà phê chiết xuất vani
- 3/4 cốc lát hạnh nhân rang
- 1 cốc kẹo dẻo nhỏ

Hướng dẫn:
1. Làm nóng lò ở nhiệt độ 350 độ F. Lót một lớp giấy bạc vào khay nướng vuông 8 inch, sau đó phết bơ hoặc mỡ thực vật lên khay.
2. Đun chảy bơ, bơ và sôcôla trên lửa nhỏ trong nồi nước sốt vừa, khuấy đều. Để riêng để đông trong 5 phút.
3. Khuấy đều bột mì và muối; để riêng.
4. Khuấy đường vào bơ đã đun chảy cho đến khi hòa quyện đều.
5. Đập trứng và vani vào và tiếp tục trộn cho đến khi hòa quyện đều.
6. Trộn bột mì và muối cho đến khi vừa hòa quyện.
7. Chừa lại 1/2 cốc bột bánh brownie và đổ phần còn lại vào khuôn đã chuẩn bị.
8. Nướng bột trong chảo trong khoảng 20 phút. Trong khi nướng, chuẩn bị lớp phủ bằng cách khuấy đều hỗn hợp bột còn lại với hạnh nhân và kẹo dẻo nướng
9. Sau khi cho bột vào lò nướng trong 20 phút, lấy bánh ra khỏi lò.
10. Trải đều lớp phủ lên bánh brownies nướng giòn và cho lại vào lò. Nướng thêm khoảng 10 phút nữa hoặc cho đến khi kẹo dẻo chuyển sang màu nâu và tăm cắm vào giữa bánh, chỉ còn một ít

vụn ẩm dính vào. Để bánh trong chảo trước khi dùng giấy bạc nhấc bánh brownies ra và cắt lát.

d) Đậu phộng và Jelly Fudge

Thành phần:

- Xi-rô cây phong, ¾ cốc
- Chiết xuất vani, 1 thìa cà phê
- Đậu phộng, 1/3 cốc, thái nhỏ
- Bơ đậu phộng, ¾ cốc
- Anh đào khô, 1/3 cốc, thái hạt lựu
- Bột protein sô cô la, ½ cốc

Phương pháp:

- Cắt nhỏ đậu phộng và anh đào rồi để riêng.
- Đun nóng xi-rô cây phong ở mức thấp rồi đổ lên bơ đậu phộng trong bát. Trộn cho đến khi mịn.
- Thêm vani và bột protein vào và khuấy đều.
- Bây giờ cho thêm đậu phộng và anh đào vào rồi trộn nhẹ nhàng nhưng nhanh.
- Đổ bột vào khuôn đã chuẩn bị và đông lạnh cho đến khi bột đông lại.
- Cắt thành từng thanh khi đông lại và thưởng thức.

e) Kẹo hạnh nhân không cần nướng

Thành phần:
- Yến mạch, 1 cốc, xay thành bột
- Mật ong, ½ cốc
- Yến mạch nhanh, ½ cốc
- Bơ hạnh nhân, ½ cốc
- Chiết xuất vani, 1 thìa cà phê
- Bột protein vani, ½ cốc
- Sôcôla chip, 3 thìa ngũ cốc gạo giòn, ½ cốc

Phương pháp:
- Xịt dầu ăn vào khuôn bánh mì và để sang một bên. Trộn ngũ cốc gạo với bột yến mạch và yến mạch nhanh. Để sang một bên.
- Đun chảy bơ hạnh nhân với mật ong trong chảo sau đó thêm vani.
- Đổ hỗn hợp này vào bát đựng nguyên liệu khô và trộn đều.
- Đổ vào khuôn đã chuẩn bị và dùng thìa dàn đều.
- Cho vào tủ lạnh trong 30 phút hoặc cho đến khi đông lại.
- Trong khi đó, làm tan chảy sô-cô-la.
- Lấy hỗn hợp ra khỏi chảo và rưới sô cô la đã đun chảy lên trên. Làm lạnh lại cho đến khi sô cô la đông lại rồi cắt thành những thanh có kích thước mong muốn.

f) Thanh Protein Red Velvet Fudge

Thành phần:

a) Củ cải đường rang xay nhuyễn, 185 g
b) Bột vani, 1 thìa cà phê
c) Sữa đậu nành không đường, ½ cốc
d) Bơ hạt, 128 g
e) Muối hồng Himalaya, 1/8 thìa cà phê
f) Chiết xuất (bơ), 2 thìa cà phê
g) Stevia thô, ¾ cốc
h) Bột yến mạch, 80 g
i) Bột protein, 210 g

Phương pháp:

a) Đun chảy bơ trong chảo và thêm bột yến mạch, bột protein, củ cải đường nghiền, vani, chiết xuất, muối và stevia. Khuấy cho đến khi hòa quyện.
b) Bây giờ thêm sữa đậu nành vào và khuấy cho đến khi hòa quyện đều.
c) Đổ hỗn hợp vào chảo và để lạnh trong 25 phút.
d) Khi hỗn hợp đã đông lại, cắt thành 6 thanh và thưởng thức.

g) Kẹo mềm

Khẩu phần: 6-8

Thành phần:

- 1/2 cốc bơ
- 1/2 cốc bơ hạnh nhân
- 1/8 đến 1/4 cốc mật ong
- 1/2 quả chuối, nghiền nát
- 1 thìa cà phê chiết xuất vani
- bất kỳ loại bơ hạt nào
- 1/8 cốc trái cây sấy khô
- 1/8 cốc sô cô la chip

Hướng dẫn:

a) Cho tất cả các nguyên liệu vào máy xay sinh tố hoặc máy chế biến thực phẩm. Xay trong vài phút cho đến khi mịn. 2. Đổ bột vào khuôn bánh mì có lót giấy nến.

b) Đối với những miếng lớn hơn, hãy sử dụng khuôn bánh mì mini hoặc làm gấp đôi công thức. Làm lạnh hoặc đông lạnh cho đến khi cứng lại. Cắt thành 8 hình vuông bằng nhau.

c)

a) Bánh Brownie Mocha phủ sương

- 1 c. đường
- 1/2 cốc bơ, làm mềm
- 1/3 cốc ca cao nướng
- 1 t. hạt cà phê hòa tan
- 2 quả trứng, đánh tan
- 1 t. chiết xuất vani
- 2/3 cốc bột mì đa dụng
- 1/2 thìa bột nở
- 1/4 t. muối
- 1/2 cốc quả óc chó băm nhỏ

- Trộn đường, bơ, ca cao và hạt cà phê trong một cái chảo. Nấu và khuấy ở lửa vừa cho đến khi bơ tan chảy. Nhấc khỏi bếp; để nguội trong 5 phút. Thêm trứng và vani; khuấy cho đến khi vừa kết hợp.
- Trộn bột mì, bột nở và muối; cho hạt vào. Đổ bột vào khuôn nướng 9"x9" đã phết mỡ. Nướng ở nhiệt độ 350 độ trong 25 phút hoặc cho đến khi đông lại.
- Để nguội trong chảo trên giá. Phết Mocha Frosting lên bánh brownies đã nguội; cắt thành từng thanh. Làm một tá.

b) Bánh blondie bơ hồ đào hạt chia

THÀNH PHẦN
- 2 1/4 cốc quả hồ đào, rang
- 1/2 cốc hạt Chia
- 1/4 cốc bơ, đun chảy
- 1/4 cốc Erythritol, dạng bột
- muỗng canh SF Torani muối

Caramen
a) giọt Stevia lỏng
b) Trứng lớn
c) 1 thìa cà phê bột nở
d) 3 muỗng canh kem đặc
e) 1 nhúm muối

HƯỚNG DẪN
- Làm nóng lò nướng ở nhiệt độ 350F. Đong 2 1/4 cốc quả hồ đào
- Xay 1/2 cốc hạt chia nguyên hạt trong máy xay gia vị cho đến khi thành hỗn hợp bột.
- Lấy bột chia ra và cho vào bát. Tiếp theo, xay 1/4 cốc Erythritol trong máy xay gia vị cho đến khi thành bột. Cho vào cùng bát với bột chia.
- Cho 2/3 lượng hồ đào rang vào máy xay thực phẩm.
- Xay hạt, cạo phần mặt hạt xuống nếu cần, cho đến khi tạo thành hỗn hợp bơ hạt mịn.
- Thêm 3 quả trứng lớn, 10 giọt stevia dạng lỏng, 3 thìa canh siro Torani caramel muối SF và một chút muối vào hỗn hợp hạt chia. Trộn đều hỗn hợp này.
- Thêm bơ hồ đào vào bột và trộn lại.
- Dùng cán bột, nghiền nát phần quả hồ đào rang còn lại thành từng miếng nhỏ cho vào túi nhựa.

- Thêm quả hồ đào nghiền nát và 1/4 cốc bơ đã đun chảy vào hỗn hợp bột.
- Trộn đều bột, sau đó thêm 3 thìa canh kem đặc và 1 thìa cà phê bột nở. Trộn đều tất cả lại với nhau.
- Đong bột vào khay 9x9 và dàn đều.
- Nướng trong 20 phút hoặc cho đến khi đạt được độ đặc mong muốn.
- Để nguội trong khoảng 10 phút. Cắt bỏ phần rìa bánh brownie để tạo thành hình vuông đồng đều. Đây là thứ tôi gọi là "món ăn vặt của thợ làm bánh" – vâng, bạn đoán đúng rồi đấy!
- Ăn nhẹ những món ăn vặt đó trong khi bạn chuẩn bị chúng để phục vụ mọi người. Cái gọi là "phần ngon nhất" của bánh brownie là phần rìa, và đó là lý do tại sao bạn xứng đáng được ăn tất cả.
- Hãy phục vụ và thưởng thức thỏa thích (hay đúng hơn là thỏa mãn khẩu phần ăn của bạn)!

c) Bánh Brownie Táo

a) 1/2 cốc bơ, làm mềm
b) 1 c. đường
c) 1 t. chiết xuất vani
d) 1 quả trứng, đánh tan
e) 1-1/2 c. bột mì đa dụng
f) 1/2 thìa baking soda

- Làm nóng lò ở nhiệt độ 350 độ F (175 độ C). Thoa mỡ vào đĩa nướng 9x9 inch.
- Trong một cái bát lớn, đánh đều bơ đã đun chảy, đường và trứng cho đến khi bông lên. Cho táo và quả óc chó vào. Trong một cái bát riêng, rây đều bột mì, muối, bột nở, baking soda và quế.
- Khuấy hỗn hợp bột vào hỗn hợp ướt cho đến khi vừa hòa quyện. Rải đều bột vào đĩa nướng đã chuẩn bị.
- Nướng trong lò đã được làm nóng trước trong 35 phút, hoặc cho đến khi cắm tăm vào giữa bánh rồi rút ra thấy sạch.

d) Bánh Brownie Vỏ Bạc Hà

- Gói 20-oz. hỗn hợp làm bánh brownie fudge
- Gói 12-oz. sô cô la trắng
- 2 t bơ thực vật
- 1-1/2 c. kẹo que, nghiền nát

1 Chuẩn bị và nướng hỗn hợp bánh brownie theo hướng dẫn trên bao bì, sử dụng khuôn nướng 13"x9" đã được phết mỡ. Sau khi nướng, để nguội hoàn toàn trong khuôn.

2 Trong một chiếc chảo nhỏ trên lửa rất nhỏ, đun chảy các mảnh sô cô la và bơ thực vật, khuấy liên tục bằng thìa cao su. Phết hỗn hợp lên bánh brownies; rắc kẹo nghiền.

3 Để yên khoảng 30 phút trước khi cắt thành hình vuông. Làm được 2 tá.

e) Thanh bơ đậu phộng Keto

THÀNH PHẦN

Vỏ bánh
a) 1 cốc bột hạnh nhân
b) 1/4 cốc bơ, đun chảy
c) 1/2 muỗng cà phê quế
d) 1 muỗng canh Erythritol
e) Một chút muối

Kẹo mềm
a) 1/4 cốc kem đặc
b) 1/4 cốc bơ, đun chảy
c) 1/2 cốc bơ đậu phộng
d) 1/4 cốc Erythritol
e) 1/2 muỗng cà phê chiết xuất vani
f) 1/8 thìa cà phê kẹo cao su Xanthan

Các lớp phủ
g) 1/3 cốc sô cô la Lily, cắt nhỏ

HƯỚNG DẪN

- Làm nóng lò ở nhiệt độ 400°F. Làm tan chảy 1/2 cốc bơ. Một nửa sẽ dùng cho vỏ bánh và một nửa cho phần fudge. Trộn bột hạnh nhân và một nửa bơ đã tan chảy.

- Thêm erythritol và quế, sau đó trộn đều. Nếu bạn sử dụng bơ nhạt, hãy thêm một chút muối để tăng thêm hương vị.

- Trộn đều cho đến khi hỗn hợp đồng nhất và ấn vào đáy đĩa nướng có lót giấy dầu. Nướng vỏ bánh trong 10 phút hoặc cho đến khi các cạnh có màu vàng nâu. Lấy ra và để nguội.

- Đối với phần nhân, trộn tất cả các nguyên liệu làm fudge trong máy xay sinh tố nhỏ hoặc máy chế biến thực phẩm và xay nhuyễn. Bạn cũng có thể sử dụng máy trộn cầm tay điện và bát.

- Đảm bảo cạo sạch thành chảo và trộn đều tất cả các nguyên liệu.

- Sau khi lớp vỏ bánh nguội, nhẹ nhàng dàn đều lớp fudge lên toàn bộ thành đĩa nướng. Dùng thìa dẹt dàn đều lớp trên cùng hết mức có thể.

- Ngay trước khi làm lạnh, hãy phủ lên thanh sô cô la của bạn một ít sô cô la cắt nhỏ. Có thể là sô cô la chip không đường, sô cô la đen không đường hoặc chỉ là sô cô la đen nguyên chất. Tôi đã sử dụng sô cô la ngọt Lily's Stevia.

- Để lạnh qua đêm hoặc đông lạnh nếu bạn muốn dùng sớm.

- Khi nguội, lấy thanh ra bằng cách kéo giấy dầu ra. Cho 8-10 thanh vào và dùng! Những thanh kẹo bơ đậu phộng này nên được thưởng thức lạnh! Nếu bạn mang đi, hãy đảm bảo mang chúng trong túi đựng thức ăn trưa cách nhiệt để giữ chúng cứng.

f) Bánh Brownie Bí ngòi Yêu thích

h) 1/4 cốc bơ, đun chảy

i) 1 c. Bánh Brownie Bơ Đậu Phộng

j) 1 quả trứng, đánh tan

k) 1 t. chiết xuất vani

l) 1 c. bột mì đa dụng

m) 1 thìa bột nở

n) 1/2 thìa baking soda

o) 1 T. nước

p) 1/2 t. muối

q) 2-1/2 T. ca cao nướng

r) 1/2 cốc quả óc chó băm nhỏ

s) 3/4 cốc bí ngồi, thái nhỏ

t) 1/2 cốc sô-cô-la chip bán ngọt

- Trong một cái bát lớn, trộn đều tất cả các nguyên liệu trừ vụn sô-cô-la.
- Đổ bột vào khay nướng 8"x8" đã phết mỡ; rắc vụn sô-cô-la lên trên bột.
- Nướng ở nhiệt độ 350 độ trong 35 phút. Để nguội trước khi cắt thành thanh. Làm được một tá.

g) Bánh Brownie Sôcôla Mạch Nha

- Gói 12-oz. sô cô la sữa
- 1/2 cốc bơ, làm mềm
- 3/4 cốc đường
- 1 t. chiết xuất vani
- 3 quả trứng, đánh tan
- 1-3/4 cốc bột mì đa dụng
- 1/2 cốc bột sữa mạch nha
- 1/2 t. muối
- 1 c. viên sữa mạch nha, thái nhỏ

1. Đun chảy vụn sô cô la và bơ trong chảo ở lửa nhỏ, khuấy đều. Nhấc khỏi bếp; để nguội bớt.
2. Trộn các nguyên liệu còn lại trừ viên sữa mạch nha theo thứ tự đã cho.
3. Đổ bột vào khay nướng 13"x9" đã phết mỡ. Rắc viên sữa mạch nha lên; nướng ở nhiệt độ 350 độ trong 30 đến 35 phút. Để nguội. Cắt thành thanh. Làm được 2 tá.

h) Bánh Brownie Sôcôla Đức

- Gói 14-oz. kẹo caramel, chưa mở gói
- 1/3 cốc sữa đặc
- Gói 18-1/4 oz. Hỗn hợp làm bánh sô cô la Đức
- 1 c. hạt băm nhỏ
- 3/4 cốc bơ, đun chảy
- 1 đến 2 cốc sô cô la chip bán ngọt

1. Đun chảy caramel với sữa đặc trong nồi hơi đôi. Trong một cái bát, trộn hỗn hợp bánh khô, các loại hạt và bơ; khuấy cho đến khi hỗn hợp hòa quyện. Nhấn một nửa bột vào khuôn nướng 13"x9" đã phết mỡ và rắc bột.
2. Nướng ở nhiệt độ 350 độ trong 6 phút. Lấy ra khỏi lò; rắc vụn sô cô la và rưới hỗn hợp caramel. Đổ phần bột còn lại lên trên.
3. Nướng ở nhiệt độ 350 độ trong 15 đến 18 phút nữa. Để nguội; cắt thành từng thanh. Làm được 1-1/2 tá.

16. Kẹo mềm trà xanh Matcha

Thành phần:

- Bơ hạnh nhân rang, 85 g
- Bột yến mạch, 60 g
- Sữa hạnh nhân vani không đường, 1 cốc
- Bột protein, 168 g
- Sôcôla đen, 4 oz. đun chảy
- Bột trà xanh Matcha, 4 thìa cà phê
- Chiết xuất Stevia, 1 thìa cà phê
- Chanh, 10 giọt

Phương pháp:

1. Đun chảy bơ trong chảo và thêm bột yến mạch, bột trà, bột protein, giọt chanh và stevia. Trộn đều.
2. Bây giờ đổ sữa vào và khuấy liên tục cho đến khi hòa quyện đều.
3. Đổ hỗn hợp vào khuôn bánh mì và để lạnh cho đến khi đông lại.
4. Rưới sô cô la đã đun chảy lên trên và cho vào tủ lạnh lần nữa cho đến khi sô cô la đông lại.
5. Cắt thành 5 thanh và thưởng thức.

17. Bánh Brownie gừng

- 1-1/2 c. bột mì đa dụng
- 1 c. đường
- 1/2 thìa baking soda
- 1/4 cốc ca cao nướng
- 1 t gừng xay
- 1 thìa quế
- 1/2 t. đinh hương xay
- 1/4 cốc bơ, đun chảy và để nguội bớt
- 1/3 cốc mật mía
- 2 quả trứng, đánh tan
- Trang trí: đường bột

1. Trong một cái bát lớn, trộn bột mì, đường, baking soda, ca cao và gia vị. Trong một cái bát riêng, trộn bơ, mật mía và trứng. Thêm hỗn hợp bơ vào hỗn hợp bột mì, khuấy cho đến khi vừa hòa quyện.
2. Đổ bột vào khay nướng 13"x9" đã phết mỡ. Nướng ở nhiệt độ 350 độ trong 20 phút, hoặc cho đến khi tăm thử sạch khi cắm vào giữa.
3. Để nguội trong chảo trên giá. Rắc đường bột. Cắt thành hình vuông. Làm được 2 tá.

18. Bánh Brownie Sôcôla Mật Ong

Thành phần:

- 1 cốc bơ hoặc dầu đã đun chảy
- ½ cốc cocolate không đường hoặc bột cocoa tan chảy
- 4 quả trứng
- 1 cốc mật ong
- 2 thìa cà phê vani
- 2 cốc bột mì trắng chưa tẩy trắng
- 2 muỗng cà phê bột nở
- ½ thìa cà phê muối biển
- 1 cốc nho khô
- 1 cốc hạt băm nhỏ
  Hướng dẫn:
- Làm nóng lò ở nhiệt độ 350 độ F.
- Đánh bơ, sô cô la, kem hoặc kem và mật ong với nhau cho đến khi mịn. Thêm trứng và vani; trộn đều.
- Thêm các thành phần khô, khuấy cho đến khi ẩm. Thêm nho khô và các loại hạt và trộn đều.
- Đổ bột vào khuôn nướng 9x13 inch đã được phết mỡ. Nướng trong 45 phút hoặc cho đến khi chín.
- Cắt thành 24 e yr ual pieces (approximately 2 ‖ x 2 ‖), eac h se rving h as 2 t easpoo n s của mông e r = cao d ose , o r c ut int

o 48 p i eces 2 ‖ x 1 ‖) = m e dium dose.

19. Bánh brownie bạc hà

Thành phần:

- 1 cốc bơ
- 6 ounce sô cô la không đường
- 2 cốc đường
- 1 thìa cà phê bột nở
- 1½ thìa cà phê vani
- ½ thìa cà phê muối
- 1½ cốc bột mì
- 1 cốc quả óc chó hoặc quả hồ đào, xay mịn
- Túi sô cô la bạc hà Hershey's 1 1/2 ounce
- 4 quả trứng

Hướng dẫn:

- Làm nóng lò nướng trước.
- Trong một chiếc nồi vừa, đun chảy bơ và sô cô la không đường trên lửa nhỏ, khuấy liên tục. Nhấc nồi ra khỏi bếp và để nguội.
- Bôi mỡ vào khuôn 9×13 inch và để sang một bên. Khuấy đường vào hỗn hợp sô cô la đã đông trong chảo. Đánh trứng, và từ từ thêm vào hỗn hợp sô cô la. Khuấy vani.
- Trộn đều bột mì, bột nở và muối trong bát.
- Thêm hỗn hợp bột mì vào hỗn hợp sô cô la cho đến khi hòa quyện. Khuấy đều với các loại hạt và vụn sô cô la bạc hà. Đổ hỗn hợp bột vào khuôn đã chuẩn bị.
- Nướng trong 30 phút. Để nguội trên giá trước khi cắt giữ.

20. Bánh Brownie hồ đào

Thành phần:
a) 1 cốc bơ
b) 2/3 cốc sô-cô-la
c) 1 thìa cà phê chiết xuất vani
d) Màu cam (optional)
e) 5 lòng trắng trứng
f) 4 quả trứng
g) 3/4 cốc đường
h) 1/3 cốc bột mì
i) 1 muỗng canh xốt cà chua
j) 1/2 cốc hạt hồ đào nghiền nát

Hướng dẫn:
- Làm nóng lò ở nhiệt độ 220 độ F.
- Sử dụng nồi hấp cách thủy bằng cách đặt một chiếc bát lên trên nồi nước đang đun ở mức lửa vừa cao.
- Thêm sô cô la, bơ, chiết xuất vani và vỏ cam vào bát rỗng và trộn đều.
- Nhấc bát ra khỏi bếp và để sang một bên. (Bạn sẽ không cần thêm lửa nữa từ bước này.)
- Cho lòng trắng trứng vào một bát riêng.
- Đánh lòng trắng trứng cho đến khi thành khối trắng cứng, dùng máy trộn điện hoặc máy đánh trứng; để sang một bên.
- Thêm hỗn hợp trứng vào một bát khác và thêm đường. Trộn đều cho đến khi hòa quyện.
- Đổ hỗn hợp sô cô la vào hỗn hợp trứng và kem rồi từ từ trộn đều bằng thìa kim loại.
- Sau khi trộn xong, rây bột mì vào, khuấy đều và thêm hạt tiêu xay vào.
- Bây giờ, thêm lòng trắng trứng trắng mịn vào hỗn hợp, và trộn đều tất cả lại với nhau bằng dụng cụ đánh trứng. Lót giấy nến vào khuôn nướng và đổ hỗn hợp đã hoàn thành vào.
- Bây giờ nướng trong 60 phút và bánh brownie của bạn sẽ sẵn sàng.

21. Bánh brownie bạc hà với nước sốt bơ

THÀNH PHẦN

bánh brownie

a) 1 cốc (230g) bơ nhạt
b) 2 ounce sô cô la bán ngọt, cắt nhỏ
c) 1 và 1/2 cốc (300g) đường cát
d) 1/2 cốc (100g) đường nâu nhạt đóng gói
e) 2 quả trứng lớn, ở nhiệt độ phòng
f) 2 thìa cà phê chiết xuất vani nguyên chất
g) 1/2 thìa cà phê muối
h) 1/2 cốc + 3 thìa canh (85g) bột mì đa dụng (thìa & san phẳng)
i) 1/4 cốc (21g) bột ca cao tự nhiên không đường

Lớp phủ bạc hà

- 1/2 cốc (115g) bơ nhạt, để mềm ở nhiệt độ phòng
- 2 cốc (240g) đường bột
- 2 thìa canh (30ml) sữa
- 1 và 1/4 thìa cà phê chiết xuất bạc hà*
- tùy chọn: 1 giọt chất lỏng hoặc gel màu thực phẩm xanh

Lớp Sôcôla

- 1/2 cốc (115g) bơ nhạt
- 1 cốc đầy (khoảng 200g) vụn sô-cô-la bán ngọt

Sốt bơ muối

1. 7 muỗng canh bơ
2. 9 muỗng canh bơ nhạt
3. 1 cốc kem đặc
4. 1 cốc đường nâu sẫm, đóng chặt
5. ½ thìa cà phê muối

Hướng dẫn

Đối với bánh brownie:

1. Đun chảy bơ và sô cô la cắt nhỏ trong một chiếc chảo vừa trên lửa vừa, khuấy liên tục, khoảng 5 phút. Hoặc đun chảy trong một chiếc bát vừa an toàn với lò vi sóng trong khoảng thời gian 20 giây, khuấy sau mỗi lần, trong lò vi sóng. Nhấc khỏi bếp, đổ vào một chiếc bát trộn lớn và để nguội một chút trong 10 phút.

2. Điều chỉnh giá đỡ lò nướng ở vị trí thứ ba thấp hơn và làm nóng lò nướng ở nhiệt độ 350°F (177°C). Lót đáy và thành của khay nướng 9×13* bằng giấy bạc hoặc giấy dầu, chừa phần thừa ra ở tất cả các mặt. Để sang một bên.

3. Đánh tan đường cát và đường nâu vào hỗn hợp sô cô la/bơ đã nguội. Thêm trứng, từng quả một, đánh cho đến khi mịn sau mỗi lần thêm. Đánh tan vani. Nhẹ nhàng cho muối, bột mì và bột ca cao vào. Đổ bột vào khuôn nướng đã chuẩn bị và nướng trong 35-36 phút hoặc cho đến khi bánh brownies bắt đầu tách ra khỏi mép khuôn.

4. Sau khi nguội hoàn toàn, nhấc giấy bạc ra khỏi chảo bằng phần nhô ra ở thành chảo. Đặt toàn bộ lên khay nướng trong khi bạn làm lớp phủ. Không cắt thành hình vuông ngay.
   Đối với lớp phủ bạc hà:

- Trong một bát vừa, sử dụng máy trộn cầm tay hoặc máy trộn đứng có gắn đầu trộn mái chèo, đánh bơ ở tốc độ trung bình cho đến khi mịn và sánh, khoảng 2 phút. Thêm đường bột và sữa. Đánh trong 2 phút ở tốc độ thấp, sau đó tăng lên tốc độ cao và đánh thêm 1 phút nữa. Thêm chiết xuất bạc hà và phẩm màu thực phẩm (nếu sử dụng) và đánh ở tốc độ cao trong 1 phút. Nếm thử và thêm một hoặc hai giọt chiết xuất bạc hà nếu muốn.

- Làm lạnh bánh brownies mà bạn đặt trên khay nướng và đặt khay nướng vào tủ lạnh. Điều này cho phép lớp phủ "đông cứng" trên bánh brownies, giúp việc phết lớp sô cô la dễ dàng hơn. Để trong tủ lạnh ít nhất 1 giờ và tối đa 4 giờ.
   Đối với lớp sô-cô-la:

a) Đun chảy bơ và vụn sô cô la trong một chiếc chảo vừa trên lửa vừa, khuấy liên tục, khoảng 5 phút. Hoặc đun chảy trong một chiếc bát vừa an toàn với lò vi sóng trong khoảng thời gian 20 giây, khuấy sau mỗi lần, trong lò vi sóng. Khi đã tan chảy và mịn, đổ lên lớp bạc hà.

b) Nhẹ nhàng dàn đều bằng dao hoặc thìa phết. Đặt những chiếc bánh brownie vẫn còn trên khay nướng vào tủ lạnh và để lạnh trong 1 giờ (và tối đa 4 giờ hoặc thậm chí qua đêm) để đông lại sô-cô-la.

c) Sau khi để lạnh, lấy ra khỏi tủ lạnh và cắt thành hình vuông. Để cắt gọn gàng, hãy cắt thật nhanh, sử dụng một con dao lớn rất sắc và lau sạch dao bằng khăn giấy giữa mỗi lần cắt. Bánh brownie có thể để ở nhiệt độ phòng trong vài giờ. Đậy kín và giữ phần còn lại trong tủ lạnh đến 5 ngày.

Đối với nước sốt kẹo bơ cứng:

- Trong một chiếc chảo vừa trên lửa vừa nhỏ, trộn bơ, bơ nhạt, kem đặc, đường nâu sẫm và muối. Đun nhỏ lửa, khuấy thường xuyên.

- Tiếp tục đun nhỏ lửa trong 10 phút cho đến khi nước sốt bắt đầu nhỏ lại và đặc lại. Nhấc khỏi bếp. Để nước sốt nguội bớt trước khi dùng.

22. Bánh Brownie Sôcôla & Hạt Nhục Đậu Khấu

Thành phần:

1. 1/4 pound bơ
2. 1/4 poound sô cô la đen
3. 1 cốc đường trắng
4. 4 quả trứng thường
5. 1/2 cốc bột mì
6. Hạt nhục đậu khấu
7. Quế
8. 2 muỗng canh vani

Hướng dẫn

- Làm nóng lò nướng ở nhiệt độ 350 độ F.
- Đun chảy bơ trên lửa nhỏ, sau đó thêm sô cô la (sô cô la dạng khối là tốt nhất) và đun chảy nó với bơ đã đun chảy trước đó; khuấy đều cho đến khi nó trở thành bơ sô cô la!
- Ngay khi sô-cô-la tan chảy hoàn toàn, cho thêm quế, hạt nhục đậu khấu và đường trắng vào; khuấy đều và đun nhỏ lửa trong vài phút.
- Thêm từng quả trứng vào, đánh đều để hỗn hợp tan ra. Tiếp tục khuấy hỗn hợp trên lửa nhỏ cho đến khi hỗn hợp hoàn toàn mịn.
- Thêm bột mì và hạt cần tây xay mịn vào hỗn hợp. Nếu bạn thích hạt, bạn có thể thêm một cốc hạt yêu thích nếu muốn. Khuấy đều; nếu khó khuấy, hãy thêm một ít sữa.
- Đổ hỗn hợp vào khuôn 9x13 inch đã được phết mỡ; nếu bạn không có khuôn này thì có thể dùng khuôn nhỏ hơn – điều này có nghĩa là bánh sẽ đặc hơn và có thể nướng trong lò lâu hơn một chút.
- Nướng hỗn hợp trong khoảng 20-25 phút, đôi khi có thể lâu hơn một chút .
- Khi nó trông và có cảm giác giống như một chiếc bánh brownie khổng lồ, hãy cắt nó thành khoảng 20 miếng . Tất nhiên, không quan trọng là có bao nhiêu ô vuông.

- Liều lượng: Đợi một giờ và xem bạn cảm thấy thế nào. Sau đó, thêm một lượng nữa nếu cần! Những chiếc bánh brownie này có vị rất ngon và khó có thể cưỡng lại việc ăn chúng, nhưng bạn không muốn ăn quá nhiều và sau đó lại trở nên trắng bệch!

23. Bánh Brownie Xoáy Bơ Đậu Phộng

Thành phần:

- 2 bàn ăn, softened
- 2 thìa đường
- 1 1/2 muỗng canh đường nâu
- 1 bàn ăn
- 1 lòng đỏ trứng
- 3 thìa bột mì
- Một inch muối
- Một chút vani
- 1 thìa kem bơ đậu phộng

Hướng dẫn:

1. Trộn bơ, đường, đường nâu, vani và trứng cho đến khi hỗn hợp mịn.
2. Khuấy đều muối và bột mì cho đến khi hòa quyện. Khuấy sô cô la chip vào cuối cùng.
3. Đổ vào khuôn hoặc cốc, sau đó rắc bơ đậu phộng lên trên cùng.
4. Xoay nhẹ bằng dao cắt bơ.
5. Đun 5,75 phút trong lò vi sóng cho đến khi vừa chín.

24. Bánh Brownie Bí Ngô

Thành phần:
1. 2/3 cốc sugar màu nâu
2. 1/2 cốc bí ngô chín
3. 1 quả trứng nguyên
4. 2 lòng trắng trứng
5. 1/4 cốc bơ
6. 1 cốc bột mì nguyên chất
7. 1 thìa bột làm bánh
8. 1 thìa cà phê bột ca cao không đường
9. 1/2 thìa cà phê bột quế
10. 1/2 thìa cà phê bột ngọt
11. 1/4 thìa cà phê muối
12. 1/4 thìa cà phê hạt nhục đậu khấu xay
13. 1/3 cốc sô-cô-la bán ngọt thu nhỏ

Hướng dẫn:

- Làm nóng lò ở nhiệt độ 350 độ F.
- Trong một bát trộn lớn, trộn đều đường nâu, bí ngô, trứng nguyên quả, lòng trắng trứng và dầu.
- Đánh bằng máy trộn điện ở tốc độ vừa cho đến khi hỗn hợp hòa quyện.
- Thêm bột mì, bột nở, bột quế, quế, hạt tiêu Jamaica, muối và hạt nhục đậu khấu
- Đánh ở tốc độ thấp cho đến khi mịn. Khuấy đều với các miếng sô cô la ngọt.
- Xịt một lớp chống dính vào khuôn nướng cỡ 11x7 inch.
- Đổ bột vào khuôn. Dàn đều.
- Nướng trong vòng 15 đến 20 phút hoặc cho đến khi dùng tăm nhọn cắm gần tâm bánh và thấy sạch.

VỎ, BÁNH QUY & NOUGATINES

25. Vỏ cây Phật Bạc Hà

Thành phần:

1. 12 ounce sô cô la trắng
2. 6 ounce sô cô la bán ngọt
3. 4 viên dầu dừa
4. ½ thìa cà phê chiết xuất bạc hà
5. 3 viên kẹo que (đã nghiền nát)

Hướng dẫn

- Lót một ít giấy dầu hoặc giấy bạc vào khay nướng có kích thước 9x9 inch, đảm bảo phủ kín giấy bạc lên thành khay và làm phẳng mọi nếp nhăn khi bạn thực hiện. Bước này sẽ đảm bảo việc dọn dẹp nhanh chóng và cũng giúp vỏ bạc hà dễ dàng tách ra khỏi thùng khi đến lúc phải bẻ thùng thành từng mảnh riêng lẻ.
- Đun chảy sô cô la chip bán ngọt và sô cô la chip trắng. Để làm điều này, hãy tạo một nồi hấp cách thủy bằng cách sử dụng một chiếc bát chịu nhiệt và một thùng đựng nước sốt chứa đầy nước. Chọn một chiếc bát vừa khít với miệng nồi (Không sử dụng một chiếc bát đặt chênh vênh trên miệng nồi). Bạn cũng muốn đảm bảo rằng đáy bát không chạm vào nước, nếu không bạn sẽ có nguy cơ làm cháy sô cô la.
- Ngoài ra, công thức này sử dụng 3 lớp sô cô la cho phần vỏ (trắng, hơi ngọt, trắng). Bạn có thể thoải mái thay đổi thành phần của sô cô la và đảo ngược các lớp (nửa ngọt, trắng, hơi ngọt) nếu bạn muốn!
- Đun sôi nước trong bình đựng nước sốt, sau đó đặt bát chịu nhiệt đựng vụn sô cô la trắng lên trên bình đựng nước sốt.
- Làm tan chảy những viên sô cô la trắng cho đến khi chúng mịn
- Thêm vào 4 thìa dầu hạt cần sa ngâm và ½ thìa chiết xuất bạc hà.
- Khuấy cho đến khi cả hai loại dầu đều tan hoàn toàn vào sô cô la trắng. Bên cạnh việc làm thuốc cho món ăn, dầu hạt dẻ cũng sẽ tạo ra độ bóng đẹp cho vỏ và giúp nó có tiếng "tách " tốt khi cho vào lò nướng . và nhiều hơn nữa .

- Sau khi sô cô la trắng tan chảy trở nên mịn trở lại, đổ một nửa sô cô la trắng vào lọ đã chuẩn bị. Nghiêng lọ sau khi đổ một nửa sô cô la trắng đã tan chảy vào để đảm bảo lớp phủ đều/lớp đầu tiên.
- Đặt hộp vào tủ lạnh và để lớp sô cô la đầu tiên đông cứng hoàn toàn, mất khoảng 30 phút.
- Trong khi lớp vỏ đầu tiên của bạn đang đông lại, hãy lặp lại các bước trên để chuẩn bị một nồi hơi đôi thứ hai cho món sô cô la chip bán ngọt của bạn.
- Khi những miếng sô-cô-la bán ngọt của bạn đã tan chảy hoàn toàn, hãy lấy bát ra khỏi nồi hấp cách thủy.
- Lấy chảo đựng lớp sô cô la trắng đầu tiên từ tủ lạnh ra và tiếp tục đổ toàn bộ bát sô cô la chip ngọt ngào đã tan chảy lên trên lớp sô cô la đầu tiên. Điều cực kỳ quan trọng là lớp sô cô la trắng ban đầu phải được đông cứng hoàn toàn, vì việc đưa lớp thứ hai vào sẽ khiến chúng bị trộn lẫn nếu đây không phải là cách làm.
- Trải đều lớp sô cô la chip hơi ngọt này khắp khuôn bằng dao rọc giấy hoặc dao làm bánh.
- Đặt hộp lại vào tủ lạnh trong khi đợi lớp sô-cô-la thứ hai đông lại, mất khoảng 30 phút hoặc lâu hơn.
- Khi lớp sô cô la thứ hai đã đông lại, thêm lớp sô cô la trắng thứ ba và cũng là lớp cuối cùng lên trên lớp sô cô la vừa ngọt. Dùng thìa dàn đều lớp thứ ba này.
- Cho kẹo vào túi Ziploc và dùng muôi hoặc cán bột để nghiền chúng thành những mảnh nhỏ.
- Rắc vụn mía lên trên lớp sô cô la trắng thứ ba và cũng là lớp cuối cùng bao phủ toàn bộ bề mặt, sau đó cho hộp trở lại tủ lạnh cho đến khi vỏ cây đông lại hoàn toàn (30 phút đến 1 giờ).
- Khi đã sẵn sàng để ăn, hãy lấy vỏ cây ra khỏi tủ lạnh và kéo hai bên giấy bạc lên – vỏ cây sẽ dễ dàng nhấc ra khỏi hộp!
- Bẻ vỏ cây thành từng miếng riêng biệt, sau đó đóng gói lại để làm quà tặng hoặc phục vụ ngay cho khách của bạn!

26. Vỏ sô cô la với quả hồ đào kẹo

Thành phần:
a) 2 muỗng canh bơ
b) 1 cốc hạt hồ đào cắt đôi
c) 2 thìa canh đường nâu nhạt hoặc nâu đậm, nén chặt
d) 2 cốc sô-cô-la đen
e) 2 muỗng canh gừng kết tinh

Hướng dẫn
a) Trong một chiếc chảo nhỏ trên lửa nhỏ, đun nóng bơ trong 2 đến 3 phút hoặc cho đến khi tan chảy hoàn toàn. Thêm nửa quả hồ đào và khuấy trong 3 đến 5 phút cho đến khi có mùi thơm và vị hạt. Trộn đường nâu nhạt, khuấy liên tục, trong khoảng 1 phút hoặc cho đến khi quả hồ đào được phủ đều và bắt đầu chuyển sang màu caramel. Nhấc khỏi bếp.
b) Rải hạt hồ đào caramen lên giấy dầu và để nguội. Cắt nhỏ hạt hồ đào và để sang một bên.
c) Đun cách thủy ở mức lửa vừa, khuấy vụn sô-cô-la đen trong 5 đến 7 phút hoặc cho đến khi tan chảy hoàn toàn.
d) Đổ sô-cô-la đã đun chảy vào khay nướng có lót giấy dầu.
e) Rắc đều hạt hồ đào caramen và gừng kết tinh lên trên. Để riêng trong 1 đến 2 giờ hoặc cho đến khi sô cô la đông lại. Cắt hoặc bẻ vỏ thành 6 miếng bằng nhau.
f) Bảo quản: Bảo quản trong hộp kín và để trong tủ lạnh tối đa 6 tuần hoặc trong tủ đông tối đa 6 tháng.

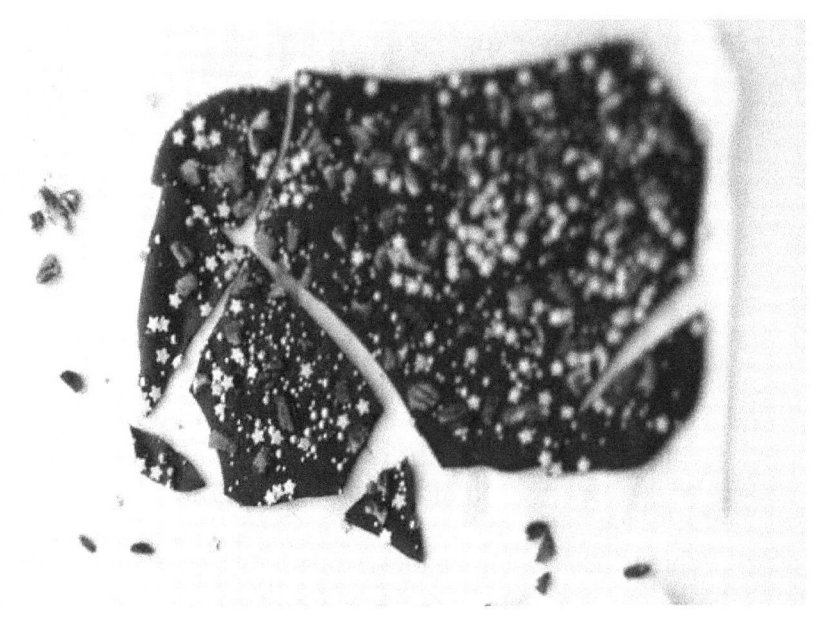

a) Bánh blondie bơ hồ đào hạt chia

THÀNH PHẦN
- 2 1/4 cốc quả hồ đào, rang
- 1/2 cốc hạt Chia
- 1/4 cốc bơ, đun chảy
- 1/4 cốc Erythritol, dạng bột
- 3 muỗng canh SF Torani Salted Caramel
- giọt Stevia lỏng
- 3 quả trứng lớn
- 1 thìa cà phê bột nở
- 3 muỗng canh kem đặc
- 1 nhúm muối

HƯỚNG DẪN
a) Làm nóng lò nướng ở nhiệt độ 350F. Đong 2 1/4 cốc quả hồ đào và nướng trong khoảng 10 phút. Khi bạn ngửi thấy mùi thơm của hạt, hãy lấy hạt ra
b) Xay 1/2 cốc hạt chia nguyên hạt trong máy xay gia vị cho đến khi thành hỗn hợp bột.
c) Lấy bột chia ra và cho vào bát. Tiếp theo, xay 1/4 cốc Erythritol trong máy xay gia vị cho đến khi thành bột. Cho vào cùng bát với bột chia.
d) Cho 2/3 lượng hồ đào rang vào máy xay thực phẩm.
e) Xay hạt, cạo phần mặt hạt xuống nếu cần, cho đến khi tạo thành hỗn hợp bơ hạt mịn.
f) Thêm 3 quả trứng lớn, 10 giọt stevia dạng lỏng, 3 thìa canh siro Torani caramel muối SF và một chút muối vào hỗn hợp hạt chia. Trộn đều hỗn hợp này.
g) Thêm bơ hồ đào vào bột và trộn lại.
h) Dùng cán bột, nghiền nát phần quả hồ đào rang còn lại thành từng miếng nhỏ cho vào túi nhựa.

i) Thêm quả hồ đào nghiền nát và 1/4 cốc bơ đã đun chảy vào hỗn hợp bột.

j) Trộn đều bột, sau đó thêm 3 thìa canh kem đặc và 1 thìa cà phê bột nở. Trộn đều tất cả lại với nhau.

k) Đong bột vào khay 9x9 và dàn đều.

l) Nướng trong 20 phút hoặc cho đến khi đạt được độ đặc mong muốn.

m) Để nguội trong khoảng 10 phút. Cắt bỏ phần rìa bánh brownie để tạo thành hình vuông đồng đều. Đây là thứ tôi gọi là "món ăn vặt của thợ làm bánh" – vâng, bạn đoán đúng rồi đấy!

n) Ăn nhẹ những món ăn vặt đó trong khi bạn chuẩn bị chúng để phục vụ mọi người. Cái gọi là "phần ngon nhất" của bánh brownie là phần rìa, và đó là lý do tại sao bạn xứng đáng được ăn tất cả.

o) Hãy phục vụ và thưởng thức thỏa thích (hay đúng hơn là thỏa mãn khẩu phần ăn của bạn)!

28. Xoài sấy nhúng sô cô la

Thành phần:
a) 1 cốc sô-cô-la đen
b) 2 muỗng canh dầu dừa
c) 12 miếng xoài khô không đường lớn
d) 6 muỗng canh dừa nạo (tùy chọn)

Hướng dẫn
- Trải giấy dầu lên khay nướng và để sang một bên. Trong nồi hấp cách thủy ở nhiệt độ vừa phải, trộn vụn sô cô la đen và dầu dừa.
- Khuấy trong 5 đến 7 phút hoặc cho đến khi sô cô la tan chảy hoàn toàn và hòa quyện đều với dầu dừa. Nhấc khỏi bếp.
- Dùng nĩa hoặc tay, nhúng từng miếng xoài vào sô cô la đã đun chảy và để phần sô cô la thừa chảy ngược trở lại bát. Đặt những miếng xoài đã nhúng vào khay nướng đã chuẩn bị.
- Rắc dừa nạo (nếu dùng) lên miếng xoài đã nhúng. Làm lạnh trong 30 phút hoặc cho đến khi sô-cô-la đông lại.
- Bảo quản: Bảo quản trong hộp kín và để trong tủ lạnh tối đa 6 tuần hoặc trong tủ đông tối đa 6 tháng.

29. Thanh bánh quy xoắn phủ sôcôla trắng

Thành phần:
- ¼ cốc kẹo bơ cứng
- 1 cốc sô cô la trắng tan chảy
- 2 muỗng canh bơ
- 6 thanh bánh quy xoắn

Hướng dẫn

- Trải giấy dầu lên khay nướng và để sang một bên. Đổ kẹo bơ cứng vào đĩa nông gần khay nướng.
- Đun cách thủy sô cô la trắng và bơ trong nồi hơi ở mức lửa vừa, khuấy đều trong 5 đến 7 phút cho đến khi sô cô la trắng tan chảy hoàn toàn.
- Nhúng ¾ mỗi thanh bánh quy vào sô cô la trắng đã đun chảy, để phần sô cô la thừa chảy ngược trở lại nồi.
- Lăn từng thanh bánh quy trong vụn kẹo bơ cứng và đặt lên khay nướng đã chuẩn bị. Để yên trong ít nhất 30 phút.

- Bảo quản: Bảo quản trong hộp kín trong tủ lạnh tối đa 1 tháng.

30. Nougatine nhúng sô cô la

Thành phần:
a) ¾ cốc đường cát
b) ⅓ cốc siro ngô nhạt
c) ¼ cốc hạt dẻ cười cắt nhỏ
d) ¾ cốc hạnh nhân thái lát
e) 2 muỗng canh bơ
f) 1 cốc sô-cô-la đen

Hướng dẫn

a) Lót giấy dầu vào khay nướng và để sang một bên. Trong một chiếc chảo vừa trên lửa vừa, khuấy đường và xi-rô ngô nhạt trong 5 đến 7 phút cho đến khi hỗn hợp tan chảy và bắt đầu chuyển sang màu caramel.
b) Trộn hạt dẻ cười, hạnh nhân và bơ vào, khuấy trong 2 đến 3 phút để rang nhẹ hạnh nhân. (Không đun sôi.)
c) Đổ hỗn hợp nougatine vào khay nướng đã chuẩn bị và phủ thêm một tờ giấy dầu lên trên. Trải đều bằng cán bột cho đến khi dày khoảng ½ inch (1,25cm). Cắt thành 12 miếng.
d) Đun nóng sô-cô-la đen trong nồi hơi ở mức lửa vừa trong 5 đến 7 phút hoặc cho đến khi tan chảy.
e) Nhúng miếng nougatine vào sô cô la đã đun chảy, chỉ phủ một nửa miếng nougatine, rồi cho trở lại khay nướng đã lót giấy dầu. Để sô cô la đông lại trong ít nhất 1 giờ.
f) Bảo quản: Bảo quản trong hộp kín tối đa 1 tuần.

TRÁNG MIỆNG TRUFFLE & BÓNG

31. Bánh Bơ Đậu Phộng

Những vật dụng cần thiết:

* Bát trộn
* Lò hơi đôi
* Khay
* Sáp ong
* Tăm xỉa răng

Thành phần:

* 1 1/2 cốc bơ đậu phộng
* 1 cốc cannabutter (cứng)
* 4 cups confectioners' suga r
* 1 1/3 cups Graham cracker crumbs
* 2 cốc semisweet cocolate cips
* 1 muỗng canh shortening

Hướng dẫn:

a) Cho bơ đậu phộng và bơ cần sa vào một cái bát trộn lớn. Từ từ trộn đường làm bánh vào, đảm bảo rằng nó không bị lẫn. Thêm vụn bánh quy Graham và trộn cho đến khi hỗn hợp đủ đặc để tạo thành những viên bi.

b) Tạo những viên bi có đường kính một inch.

c) Đun chảy sô cô la chip và shortening trong nồi hơi có hai đáy. Chọc tăm vào từng viên bi, sau đó nhúng từng viên một vào hỗn hợp sô cô la.

d) Đặt những viên bi bọc sô cô la lên khay đựng bằng giấy sáp. Đặt vào tủ đông trong khoảng 30 phút cho đến khi tất cả các viên bi đều đông cứng.

32. Nấm cục ớt Ancho

Thành phần:
a) ⅔ cốc kem đặc
b) 5 muỗng canh bơ
c) 3 thìa cà phê bột ớt ancho
d) 2 thìa cà phê bột quế
e) Thêm chút muối
f) ½ lb. (225g) sô cô la đắng, cắt nhỏ
g) 1 thìa cà phê bột ca cao

Hướng dẫn
1. Lót giấy dầu vào khay nướng 9×13 inch (23×33cm) và để sang một bên. Trong một chiếc chảo vừa trên lửa vừa nhỏ, trộn kem đặc, 3 thìa bơ, 2 thìa bột ớt ancho, quế và muối. Đun sôi hỗn hợp, đậy nắp và nhấc ra khỏi bếp. Để yên trong 2 giờ.
2. Đun lại chảo ở mức lửa vừa-thấp. Khi chảo sôi lăn tăn, nhấc ra khỏi bếp và thêm sô cô la đắng và 2 thìa bơ còn lại. Khuấy trong 2 đến 3 phút hoặc cho đến khi sô cô la tan chảy và hỗn hợp mịn. Đổ vào khay nướng đã chuẩn bị và để lạnh trong tủ lạnh trong 4 giờ.
3. Dùng thìa và tay, nặn hỗn hợp thành 16 viên bi 1 inch (2,5cm). Đặt các viên bi lên khay nướng lót giấy dầu sạch và để lạnh trong tủ lạnh trong 30 phút.
4. Trong một cái bát nhỏ, trộn 1 thìa cà phê bột ớt ancho còn lại và bột ca cao. Lăn các viên bột và đặt lại lên giấy dầu.
5. Bảo quản: Thưởng thức ngay trong ngày ở nhiệt độ phòng hoặc bảo quản trong hộp kín trong tủ lạnh tối đa 1 tuần.

33. Sôcôla Truffles

Thời gian chuẩn bị: 15-20 phút
Thời gian nấu: 0 phút
Khẩu phần: 10-12

Thành phần:

- ½ cốc bơ đã làm mềm
- ½ cốc đường bột
- ¼ cốc bột ca cao không đường
- ½ cốc bột hạnh nhân
- Một nhúm muối lớn
- Chiết xuất hạnh nhân Dash
- Chiết xuất vani
- 24 quả hạnh nhân nguyên hạt, rang trong bơ và muối
- 1 cốc dừa nạo không đường

Hướng dẫn:

- Lót giấy dầu vào khay nướng. Cho tất cả các nguyên liệu đã chuẩn bị vào bát, trừ hạnh nhân và dừa nguyên hạt, trộn nhẹ nhàng cho đến khi hỗn hợp khá mịn.
- Lăn thìa hỗn hợp giữa lòng bàn tay thành từng viên tròn. (Làm nhanh vì bơ sẽ mềm rất nhanh. Cho vào tủ lạnh trong vài phút nếu hỗn hợp quá mềm.)
- Nếu sử dụng hạnh nhân rang, hãy nhét một hạt vào giữa mỗi miếng hạnh nhân và lăn lại thật nhanh để mọi thứ được dàn đều.
- Cho dừa vào bát và lăn các viên trong dừa cho đến khi phủ đều. Đặt lên khay nướng và cho vào tủ lạnh để đông lại. Bảo

quản đồ ăn nhẹ trong hộp thủy tinh trong tủ lạnh.

34. Quả anh đào phủ sô cô la

Thời gian chuẩn bị: 1 giờ rưỡi.
Thời gian nấu: 5 phút
Khẩu phần: 12

Thành phần:

- 24 quả anh đào có cuống (bỏ hạt hoặc sử dụng quả khô)
- 1 cốc sô cô la sữa
- 1 cốc sô-cô-la đen
- ¼ cốc dầu dừa

Hướng dẫn:

a) Đun nóng vụn sô-cô-la đen, vụn sô-cô-la sữa và dầu dừa trong bát dùng được trong lò vi sóng.
b) Đun nóng hỗn hợp trong khoảng thời gian 20 giây và khuấy đều cho đến khi hỗn hợp tan chảy hoàn toàn.
c) Đảm bảo sô-cô-la không quá nóng. Phủ sô-cô-la lên quả anh đào và để phần sô-cô-la thừa nhỏ giọt. Đặt quả anh đào lên giấy lót sáp.
d) Khi tất cả các quả anh đào đã chín, hãy chuyển chúng vào tủ lạnh trong 1 giờ

e) Phủ hai lớp nước sốt lên quả anh đào nếu bạn muốn (cho lại vào tủ lạnh). Thưởng thức!

35. Kẹo mềm Neapolitan

THÀNH PHẦN
a) ½ cốc bơ đã làm mềm
b) 1/2 cốc dầu dừa
c) 1/2 cốc kem chua
d) 1/2 cốc phô mai kem
e) 2 muỗng canh Erythritol
f) 25 giọt Stevia lỏng
g) 2 muỗng canh bột ca cao
h) 1 thìa cà phê chiết xuất vani
i) 2 quả dâu tây cỡ vừa

HƯỚNG DẪN
9. Cho bơ, dầu dừa, kem chua, phô mai kem, erythritol và stevia dạng lỏng vào bát, trộn đều.
10. Sử dụng máy xay cầm tay, xay nhuyễn các nguyên liệu thành hỗn hợp mịn.
11. Chia hỗn hợp vào 3 bát khác nhau. Thêm bột ca cao vào một bát, dâu tây vào bát khác và vani vào bát cuối cùng.
12. Trộn tất cả các nguyên liệu lại với nhau bằng máy xay cầm tay. Chia hỗn hợp sô-cô-la vào hộp đựng có vòi.
13. Đổ hỗn hợp sô cô la vào khuôn bom béo. Cho vào tủ đông trong 30 phút, sau đó lặp lại với hỗn hợp vani.
14. Đông lạnh hỗn hợp vani trong 30 phút, sau đó lặp lại quy trình với hỗn hợp dâu tây. Đông lạnh lại trong ít nhất 1 giờ.
15. Khi chúng đã đông hoàn toàn, hãy lấy chúng ra khỏi khuôn làm bom mỡ.

36. Bóng bông cải xanh phô mai

THÀNH PHẦN

Các món chiên
- 250 g bơ tan chảy
- 3/4 cốc bột hạnh nhân
- 1/4 cốc + 3 muỗng canh Bột hạt lanh
- oz. Bông cải xanh tươi
- oz. Phô mai Mozzarella
- 2 quả trứng lớn
- 2 muỗng cà phê bột nở
- Muối và hạt tiêu cho vừa ăn

HƯỚNG DẪN
- Cho bông cải xanh vào máy xay thực phẩm và xay cho đến khi bông cải xanh được cắt nhỏ. Bạn muốn nó được chế biến kỹ.
- Trộn đều phô mai, bột hạnh nhân, bơ, bột hạt lanh và bột nở với bông cải xanh. Nếu bạn muốn thêm bất kỳ gia vị nào (muối và hạt tiêu), hãy thực hiện tại thời điểm này.
- Đập 2 quả trứng vào và trộn đều cho đến khi tất cả hòa quyện.
- Nặn bột thành từng viên tròn rồi phủ một lớp bột hạt lanh.
- Tiếp tục làm như vậy với toàn bộ phần bột và để sang một bên trên khăn giấy.
- Làm nóng chảo chiên ngập dầu đến 375F. Tôi sử dụng chảo chiên ngập dầu này. Khi đã sẵn sàng, xếp bông cải xanh và phô mai chiên vào trong giỏ, không xếp quá nhiều.
- Chiên bánh cho đến khi vàng nâu, khoảng 3-5 phút. Khi xong, đặt lên khăn giấy để thấm bớt mỡ thừa và nêm gia vị theo khẩu vị của bạn.
- Hãy thoải mái làm sốt mayonnaise chanh và thì là để chấm nhé. Thưởng thức nhé

37. Quả anh đào nhúng sô cô la

Thành phần:
- 1 cốc tối tăm
- 1 cốc sô cô la sữa chip
- ¼ cốc dầu dừa
- 24 quả anh đào có cuống (rửa sạch và lau khô; nếu bạn dùng anh đào tươi, hãy nhớ bỏ hết vỏ!)

Hướng dẫn:
- Đun nóng sô cô la sữa, sô cô la đen và dầu dừa trong bát dùng được với lò vi sóng. Lấy ra và khuấy đều sau mỗi 20 phút cho đến khi tan chảy. Sô cô la phải ấm nhưng không quá nóng.
- Nhúng từng quả anh đào khô vào sô cô la, từng quả một, để phần sô cô la thừa nhỏ giọt trở lại bát.
- Đặt quả anh đào lên đĩa lót sáp để khô. Lặp lại cho đến khi tất cả quả anh đào được phủ kín. Giữ lại phần sô cô la thừa ở bên cạnh
- Làm lạnh anh đào trong tủ lạnh trong 1 giờ.
- Làm ấm lại nước sốt sô-cô-la và lấy quả anh đào ra khỏi tủ lạnh.
- Nhúng từng quả anh đào vào nước sốt sô cô la lần thứ hai. Cho anh đào trở lại tủ lạnh để làm lạnh trong 1 giờ trước khi dùng.

38. Bánh nướng bạc hà

Thành phần:

- ½ cốc xi-rô ngô nhạt
- 2 thìa chiết xuất bạc hà
- ½ cốc bơ mềm
- 2 giọt màu thực phẩm (tùy chọn)
- 9 cốc đường bột đã rây mịn (khoảng 2 pound)

Hướng dẫn:

a) Dùng bát trộn để trộn xi-rô ngô, chiết xuất bạc hà và bơ nướng hoặc bơ thực vật đã đun chảy nhẹ. Sau đó thêm đường, từng chút một, và trộn đều vào hỗn hợp. Thêm lượng màu thực phẩm để đạt được màu mong muốn và trộn đều.

b) Nặn hỗn hợp này thành những viên bi nhỏ. Đặt chúng cách nhau vài inch trên khay nướng đã lót giấy sáp. Dùng nĩa để làm phẳng từng viên.

c) Để bánh nướng bạc hà trong tủ lạnh trong vài giờ. Lấy bánh nướng ra khỏi tủ lạnh và để ở nhiệt độ phòng trong vài ngày cho khô.

d) Sau vài ngày, khi thịt đã khô, hãy chuyển chúng vào hộp đựng có nắp đậy kín và bảo quản trong tủ lạnh.

39. Bóng kẹo dẻo dừa

Thành phần:

- 2 ounce bơ
- 2 thìa ca cao
- 3 thìa sữa đặc
- 2 ounce đường nâu
- 1/8 ounce băm nhỏ hoặc cần sa chất lượng cao
- 6 ounce hạt dẻ cười sấy khô
- 5 ounce kẹo dẻo trắng nhỏ

Hướng dẫn:

a) Sau khi đun chảy bơ trong chảo, trộn đều hỗn hợp, sữa, đường và băm nhỏ. Tiếp tục đun nóng, khuấy đều trên bếp, cho đến khi các thành phần tan chảy với nhau. Hãy rất cẩn thận để không làm sôi hỗn hợp.

b) Lấy ra khỏi bếp và thêm phần lớn hạt dẻ, chỉ lấy vừa đủ để tạo thành lớp kem cuối cùng. Bây giờ, chia hỗn hợp của bạn thành 15 viên có kích thước tương tự, sau đó ấn dẹt chúng vừa đủ để có thể quấn quanh kẹo dẻo.

c) Khi đã bọc xong kẹo dẻo, hãy lăn từng viên vào phần dừa còn lại cho đến khi tạo thành lớp kem phủ dày.

d) Chúng tôi khuyên bạn chỉ nên ăn 1-2 chiếc cho mỗi người, mặc dù chúng rất ngon.

40. Viên bơ đậu phộng

Năng suất: 15 Goo Balls

Thành phần:

a) 250 g bơ tan chảy
b) 225 g ats
c) 250 g bơ đậu phộng
d) 3 thìa mật ong
e) 2 muỗng canh quế xay
f) 2 muỗng canh cacao power

Hướng dẫn:

a) Cho tất cả nguyên liệu vào một cái bát lớn và khuấy cho đến khi mọi thứ hòa quyện vào nhau.
b) Cho hỗn hợp vào tủ đông và để trong 10-20 phút.
c) Nặn hỗn hợp thành từng viên bi riêng biệt, có kích thước tùy ý. Sau đó, thả hỗn hợp vào máy đánh sáp để đông lại.
d) Một số người thích thêm các thành phần khác như quả óc chó xay nhuyễn, nho khô, Risé Kristoff hoặc Corn Flakes, chỉ để thử nghiệm.
e) Có thể thêm yến mạch nếu bạn thấy thành phẩm hơi dính và nhão, hoặc thêm mật ong hoặc bơ đậu phộng nếu thành phẩm quá khô. Tất cả đều phụ thuộc vào sự sáng tạo và thêm nét riêng của bạn vào món ngon này.
f) Sau khi hoàn thành, bạn đã sẵn sàng thưởng thức món ăn hấp dẫn này, bạn có thể dùng làm món tráng miệng, đồ ăn nhẹ hoặc bất kỳ lúc nào trong ngày mà bạn muốn.
g) Thưởng thức!

41. Quả cầu tuyết

Thời gian chuẩn bị: 1 giờ rưỡi.
Thời gian nấu: 20-25 phút
Khẩu phần: 12

Thành phần:

8. 1 cốc bơ, làm mềm
9. 1/4 cốc đường
10. 1 thìa cà phê chiết xuất vani nguyên chất
11. 2 cốc bột mì đa dụng
12. 2 muỗng canh bột ngô
13. 1 cốc hạnh nhân rang không muối, thái nhỏ
14. 1/4 thìa cà phê muối
15. 1 cốc đường bột để phủ

Hướng dẫn:

*   Sử dụng máy trộn đứng hoặc máy trộn cầm tay, đánh bơ với 1/4 cốc đường cho đến khi hỗn hợp mịn. Thêm chiết xuất vani. Nhẹ nhàng đánh bột mì, bột ngô, hạnh nhân rang và muối cho đến khi hòa quyện. Bọc trong màng bọc thực phẩm và để trong tủ lạnh trong một giờ. Làm nóng lò ở nhiệt độ 325°. Lấy bột đã ướp lạnh ra khỏi tủ lạnh và lấy khoảng một thìa canh bột sau đó tạo thành một viên bi 1 inch.
*   Xếp các viên bi lên khay nướng cách nhau khoảng 1 inch. Nướng bánh quy ở ngăn giữa của lò trong 20 phút, hoặc cho đến khi vàng và đông lại. Đổ đầy một bát nông bằng 1 cốc đường bột đã rây. Để nguội trong khoảng 5 phút, và khi đủ nguội để chạm vào, lăn bánh quy trong đường bột và để sang một bên trên giá lót giấy dầu để nguội hoàn toàn. Khi nguội, rắc đường bột một lần nữa và bảo quản trong hộp kín.

BOM MỠ TRÁNG MIỆNG

- **Bom mỡ Neapolitan**

THÀNH PHẦN
- 1/2 cốc bơ
- 1/2 cốc dầu dừa
- 1/2 cốc kem chua
- 1/2 cốc phô mai kem
- 2 muỗng canh Erythritol
- 25 giọt Stevia lỏng
- 2 muỗng canh bột ca cao
- 1 thìa cà phê chiết xuất vani
- 2 quả dâu tây cỡ vừa

HƯỚNG DẪN
- Cho bơ, dầu dừa, kem chua, phô mai kem, erythritol và stevia dạng lỏng vào bát, trộn đều.
- Sử dụng máy xay cầm tay, xay nhuyễn các nguyên liệu thành hỗn hợp mịn.
- Chia hỗn hợp vào 3 bát khác nhau. Thêm bột ca cao vào một bát, dâu tây vào bát khác và vani vào bát cuối cùng.
- Trộn tất cả các nguyên liệu lại với nhau bằng máy xay cầm tay. Chia hỗn hợp sô cô la vào hộp đựng có vòi.
- Đổ hỗn hợp sô cô la vào khuôn bom béo. Cho vào tủ đông trong 30 phút, sau đó lặp lại với hỗn hợp vani.
- Đông lạnh hỗn hợp vani trong 30 phút, sau đó lặp lại quy trình với hỗn hợp dâu tây. Đông lạnh lại trong ít nhất 1 giờ.
- Khi chúng đã đông hoàn toàn, hãy lấy chúng ra khỏi khuôn làm bom mỡ.

- **Kem bơ Maple & thịt xông khói**

THÀNH PHẦN

1. 2 thìa bơ dừa
2. Bánh que thịt xông khói Maple
3. 6 Oz. Thịt xông khói hun khói kiểu đồng quê của Burgers
4. 5 quả trứng lớn, tách riêng
5. 1/4 cốc xi-rô cây phong
6. 1/2 muỗng cà phê chiết xuất vani
7. 1/4 cốc Erythritol
8. 1/4 muỗng cà phê Stevia lỏng
9. 1 cốc bột hạnh nhân Honeyville
10. 2 muỗng canh bột vỏ hạt mã đề
11. 1 thìa cà phê bột nở
12. 1/2 muỗng cà phê kem Tartar
13. Men caramel muối 5 muỗng canh bơ
14. 5 muỗng canh kem đặc
15. 2 1/2 muỗng canh Torani Sugar Free Salted Caramel

HƯỚNG DẪN

1. Cắt 6 Oz. Thịt xông khói Smokehouse Country của Burgers thành từng miếng nhỏ vừa ăn.
2. Bạn có thể đông lạnh thịt xông khói trong 30 phút trước hoặc sử dụng kéo để thực hiện quá trình này.
3. Đun nóng chảo ở mức lửa vừa và nấu thịt xông khói cho đến khi giòn.
4. Khi đã giòn, lấy thịt xông khói ra khỏi chảo và để khô trên khăn giấy. Giữ lại mỡ thịt xông khói thừa để xào rau hoặc các loại thịt khác trong đó.
5. Làm nóng lò ở nhiệt độ 325F. Trong 2 bát riêng biệt, tách lòng đỏ trứng khỏi lòng trắng trứng của 5 quả trứng lớn.
6. Trong bát đựng lòng đỏ trứng, thêm 1/4 cốc xi-rô cây phong, 1/4 cốc erythritol, 1/4 thìa cà phê stevia lỏng và 1/2 thìa cà phê chiết xuất vani.

7. Dùng máy trộn cầm tay trộn đều hỗn hợp trong khoảng 2 phút. Lòng đỏ trứng sẽ có màu nhạt hơn.

8. Thêm 1 cốc bột hạnh nhân Honeyville, 2 thìa bột vỏ hạt mã đề, 2 thìa bơ dừa và 1 thìa cà phê bột nở.

9. Trộn lại lần nữa cho đến khi tạo thành hỗn hợp sệt.

10. Rửa sạch que đánh trứng của máy trộn cầm tay trong bồn rửa để đảm bảo rửa sạch mọi vết mỡ bám trên que đánh trứng.

11. Thêm 1/2 thìa cà phê kem tartar vào lòng trắng trứng.

12. Đánh lòng trắng trứng bằng máy đánh trứng cầm tay cho đến khi hỗn hợp bông cứng.

13. Thêm 2/3 miếng thịt xông khói giòn vào hỗn hợp bánh.

14. Thêm khoảng 1/3 lòng trắng trứng vào hỗn hợp bột và trộn đều.

a) Quả bom béo cam dừa

THÀNH PHẦN

a) 1/2 cốc dầu dừa
b) 1/2 cốc kem tươi
c) 4 oz. Phô mai kem
d) 1 muỗng cà phê Mio cam vani
e) giọt Stevia lỏng

HƯỚNG DẪN

1. Đong dầu dừa, kem đặc và phô mai kem.
2. Sử dụng máy xay cầm tay để xay nhuyễn tất cả các nguyên liệu. Nếu bạn gặp khó khăn khi xay nhuyễn các nguyên liệu, bạn có thể cho vào lò vi sóng trong 30 giây đến 1 phút để làm mềm chúng.
3. Thêm Orange Vanilla Mio và stevia dạng lỏng vào hỗn hợp, trộn đều bằng thìa.
4. Đổ hỗn hợp vào khay silicon (khay của tôi là khay làm đá viên Avenger tuyệt đẹp) và đông lạnh trong 2-3 giờ.
5. **Khi đã đông lại, lấy ra khỏi khay silicon và cắt vào tủ đông. Thưởng thức nhé!**

a) Bom ớt Jalapeno

THÀNH PHẦN

- 1 cốc bơ, làm mềm
- 3 oz. Phô mai kem
- 3 lát thịt xông khói
- 1 quả ớt Jalapeno cỡ vừa
- 1/2 muỗng cà phê Rau mùi tây khô
- 1/4 muỗng cà phê bột hành tây
- 1/4 muỗng cà phê bột tỏi
- Muối và hạt tiêu cho vừa ăn

HƯỚNG DẪN

- Chiên 3 lát thịt xông khói trong chảo cho đến khi giòn.
- Lấy thịt xông khói ra khỏi chảo nhưng giữ lại phần mỡ còn lại để sử dụng sau.
- Chờ cho đến khi thịt xông khói nguội và giòn.
- Bỏ hạt ớt jalapeno, sau đó thái hạt lựu.
- Trộn phô mai kem, bơ, ớt jalapeno và gia vị. Nêm muối và hạt tiêu cho vừa ăn.
- Thêm mỡ lợn vào và trộn đều cho đến khi tạo thành hỗn hợp đặc.
- Bóp vụn thịt xông khói và đặt lên đĩa. Dùng tay vo hỗn hợp phô mai kem thành từng viên tròn, sau đó lăn viên tròn vào thịt xông khói.

1. Pizza bom béo

THÀNH PHẦN

- 4 oz. Phô mai kem
- lát Pepperoni
- ô liu đen bỏ hạt
- 2 muỗng canh sốt pesto cà chua phơi khô

HƯỚNG DẪN

a) Cắt nhỏ pepperoni và ô liu.
b) Trộn đều húng quế, sốt pesto cà chua và phô mai kem.
c) Thêm ô liu và pepperoni vào phô mai kem và trộn lại.
d) Nặn thành từng viên tròn, sau đó trang trí với pepperoni, húng quế và ô liu.

2. Bom chất béo bơ đậu phộng

THÀNH PHẦN
- 1/2 CỐC Dầu Dừa
- 1/4 cốc bột ca cao
- muỗng canh Bột PB Fit
- muỗng canh Hạt gai dầu đã bóc vỏ
- 2 muỗng canh kem đặc
- 1 thìa cà phê chiết xuất vani
- 28 giọt Stevia lỏng
- 1/4 cốc dừa nạo không đường

HƯỚNG DẪN
1. Trộn tất cả các thành phần khô với dầu dừa. Có thể mất một chút công sức, nhưng cuối cùng nó sẽ thành hỗn hợp sệt.
2. Thêm kem đặc, vani và stevia lỏng. Trộn lại cho đến khi tất cả hòa quyện và hơi sánh.
3. Đong dừa nạo không đường vào đĩa.

4. Dùng tay vo viên bột rồi lăn qua dừa nạo không đường. Đặt lên khay nướng phủ giấy dầu. Để trong tủ đông khoảng 20 phút.

- **Thanh béo Maple Pecan**

THÀNH PHẦN

a) 2 cốc hạt hồ đào
b) 1 cốc bột hạnh nhân
c) 1/2 cốc Bột hạt lanh vàng
d) 1/2 cốc dừa nạo không đường
e) 1/2 cốc dầu dừa
f) 1/4 cốc "Si-rô cây phong"
g) 1/4 thìa cà phê Stevia lỏng (~25 giọt)

HƯỚNG DẪN

1. Đong 2 cốc hạt hồ đào và nướng trong lò ở nhiệt độ 350F trong 6-8 phút. Chỉ đủ để chúng bắt đầu có mùi thơm.
2. Lấy quả hồ đào ra khỏi lò, sau đó cho vào túi nhựa. Dùng cán lăn để nghiền chúng thành từng miếng. Độ đặc không quan trọng lắm,
3. Trộn các nguyên liệu khô vào bát: 1 cốc bột hạnh nhân, 1/2 cốc bột hạt lanh vàng và 1/2 cốc dừa nạo không đường.
4. Thêm quả hồ đào nghiền nát vào bát và trộn đều lại.
5. Cuối cùng, thêm 1/2 cốc dầu dừa, 1/4 cốc "xi-rô cây phong" (công thức tại đây) và 1/4 thìa cà phê Stevia lỏng. Trộn đều hỗn hợp này cho đến khi tạo thành một khối bột vụn.
6. Nhấn bột vào đĩa đựng. Tôi sử dụng đĩa nướng 11x7 cho việc này.
7. Nướng trong 20-25 phút ở nhiệt độ 350F, hoặc cho đến khi các cạnh có màu nâu nhạt.
8. Lấy ra khỏi lò, để nguội một phần và cho vào tủ lạnh ít nhất 1 giờ (để cắt dễ hơn).
9. Cắt thành 12 lát và dùng thìa để lấy ra.

- **Bom thịt xông khói phô mai**

THÀNH PHẦN
- 3 oz. Phô mai Mozzarella
- muỗng canh Bột hạnh nhân
- muỗng canh bơ, đun chảy
- 3 muỗng canh bột vỏ hạt mã đề
- 1 quả trứng lớn
- 1/4 muỗng cà phê muối
- 1/4 muỗng cà phê hạt tiêu đen xay tươi
- 1/8 muỗng cà phê bột tỏi
- 1/8 muỗng cà phê bột hành tây
- lát thịt xông khói
- 1 cốc dầu, mỡ lợn hoặc mỡ bò (để chiên)

HƯỚNG DẪN
1. Thêm 4 oz (một nửa) phô mai Mozzarella vào bát.
2. Cho 4 thìa canh bơ vào lò vi sóng trong 15-20 giây hoặc cho đến khi bơ tan chảy hoàn toàn.
3. Cho phô mai vào lò vi sóng trong 45-60 giây cho đến khi tan chảy và dẻo (nên là
4. Thêm 1 quả trứng và bơ vào hỗn hợp và trộn đều.
5. Thêm 4 thìa canh bột hạnh nhân, 3 thìa canh vỏ hạt mã đề và các loại gia vị còn lại vào hỗn hợp (1/4 thìa cà phê muối, 1/4 thìa cà phê hạt tiêu đen xay tươi, 1/8 thìa cà phê bột tỏi và 1/8 thìa cà phê bột hành tây).
6. Trộn tất cả lại với nhau và đổ ra một chiếc silpat. Cán bột ra hoặc dùng tay nặn bột thành hình chữ nhật.
7. Trải phần phô mai còn lại lên một nửa khối bột và gấp khối bột lại theo chiều dài.
8. Gấp bột lại theo chiều dọc để tạo thành hình vuông.

9. Dùng ngón tay ấn các mép bột lại với nhau thành hình chữ nhật. Bạn muốn phần nhân bên trong phải khít.

10. Dùng dao cắt bột thành 20 ô vuông.

11. Cắt đôi từng lát thịt xông khói, sau đó đặt hình vuông vào cuối 1 miếng thịt xông khói.

12. Lăn chặt bột vào thịt xông khói cho đến khi hai đầu chồng lên nhau. Bạn có thể "kéo" thịt xông khói nếu cần trước khi lăn.

13. Dùng tăm để cố định thịt xông khói sau khi bạn cuộn nó.

14. Làm như vậy với mỗi phần bột bạn có. Cuối cùng bạn sẽ có 20 quả bom thịt xông khói phô mai.

15. Đun nóng dầu, mỡ lợn hoặc mỡ động vật đến nhiệt độ 350-375F rồi chiên từng miếng thịt xông khói phô mai, mỗi lần 3 hoặc 4 miếng.

- **Thịt xông khói caramel Fat Pop**

THÀNH PHẦN
- Bánh que thịt xông khói Maple
- 6 Oz. Thịt xông khói hun khói kiểu đồng quê của Burgers
- 5 quả trứng lớn, tách riêng 1/4 cốc xi-rô cây phong (công thức tại đây)
- 1/2 thìa cà phê Chiết xuất vani 1/4 cốc NOW Erythritol 1/4 thìa cà phê Stevia lỏng
- 1 cốc bột hạnh nhân Honeyville
- 2 muỗng canh bột vỏ hạt mã đề
- 1 thìa cà phê bột nở
- 2 muỗng canh bơ
- 1/2 muỗng cà phê kem Tartar
- Men caramel muối 5 muỗng canh bơ
- 5 muỗng canh kem đặc
- 2 1/2 muỗng canh Torani Sugar Free Salted Caramel

HƯỚNG DẪN
a) Cắt 6 Oz. Thịt xông khói Smokehouse Country của Burgers thành từng miếng nhỏ vừa ăn.
b) Bạn có thể đông lạnh thịt xông khói trong 30 phút trước hoặc sử dụng kéo để thực hiện quá trình này.
c) Đun nóng chảo ở mức lửa vừa và nấu thịt xông khói cho đến khi giòn.
d) Khi đã giòn, lấy thịt xông khói ra khỏi chảo và để khô trên khăn giấy. Giữ lại mỡ thịt xông khói thừa để xào rau hoặc các loại thịt khác trong đó.
e) Làm nóng lò ở nhiệt độ 325F. Trong 2 bát riêng biệt, tách lòng đỏ trứng khỏi lòng trắng trứng của 5 quả trứng lớn.
f) Trong bát đựng lòng đỏ trứng, thêm 1/4 cốc xi-rô cây phong (công thức tại đây), 1/4 cốc erythritol, 1/4 thìa cà phê stevia lỏng và 1/2 thìa cà phê chiết xuất vani.

g) Dùng máy trộn cầm tay trộn đều hỗn hợp trong khoảng 2 phút. Lòng đỏ trứng sẽ có màu nhạt hơn.

h) Thêm 1 cốc bột hạnh nhân Honeyville, 2 thìa bột vỏ hạt mã đề, 2 thìa bơ và 1 thìa cà phê bột nở.

i) Trộn lại lần nữa cho đến khi tạo thành hỗn hợp sệt.

j) Rửa sạch que đánh trứng của máy trộn cầm tay trong bồn rửa để đảm bảo rửa sạch mọi vết mỡ bám trên que đánh trứng.

k) Thêm 1/2 thìa cà phê kem tartar vào lòng trắng trứng.

l) Đánh lòng trắng trứng bằng máy đánh trứng cầm tay cho đến khi hỗn hợp bông cứng.

m) Thêm 2/3 miếng thịt xông khói giòn vào hỗn hợp bánh.

n) Thêm khoảng 1/3 lòng trắng trứng vào hỗn hợp bột và trộn đều.

o)

3. Thanh hạt điều caramel muối

Thành phần:
- 2 cốc bột mì đa dụng
- ½ thìa cà phê bột nở
- ½ thìa cà phê muối
- 12 muỗng canh bơ, ở nhiệt độ phòng
- 6 thìa canh bơ nhạt, cắt thành từng miếng
- 1 cốc đường nâu nhạt, đóng chặt
- 1 quả trứng lớn
- 3 thìa cà phê chiết xuất vani
- 1½ cốc đường cát
- 1 cốc kem đặc
- 2 cốc hạt điều rang muối

p) Làm nóng lò nướng ở nhiệt độ 340°F (171°C). Lót giấy dầu vào khay nướng 9×13 inch (23×33cm) và để sang một bên. Trong một bát nhỏ, trộn bột mì đa dụng, bột nở và ¼ thìa cà phê muối. Để sang một bên.

q) Trong một bát vừa, trộn 6 thìa bơ, bơ nhạt và đường nâu nhạt bằng máy trộn điện ở tốc độ trung bình trong 5 phút cho đến khi hỗn hợp nhẹ và xốp. Thêm trứng và 1 thìa chiết xuất vani, đánh trong 2 phút ở tốc độ thấp cho đến khi hòa quyện.

r) Thêm hỗn hợp bột và đánh ở tốc độ trung bình trong 2 đến 3 phút. Nhấn hỗn hợp vỏ bánh vào khuôn đã chuẩn bị. Làm lạnh trong 30 phút.

s) Đun nóng đường cát trong chảo chống dính cỡ vừa trên lửa vừa. Khi bạn thấy đường bắt đầu chuyển màu, khuấy cho đến khi đường chuyển sang màu nâu nhạt, khoảng 5 đến 7 phút. Cẩn thận thêm kem đặc và khuấy cho đến khi mịn.

t) Giảm lửa xuống mức thấp và thêm 6 thìa bơ còn lại, 2 thìa chiết xuất vani còn lại và ¼ thìa muối còn lại. Khuấy cho đến khi bơ tan chảy và nhấc khỏi bếp.

u) Khuấy hạt điều vào hỗn hợp caramel. Đổ hỗn hợp caramel-hạt điều vào chảo trên lớp vỏ bánh đã ướp lạnh. Nướng trong 20 phút cho đến khi đông lại. Để nguội hoàn toàn trước khi cắt.

4. Kẹo caramel hạt dẻ cười

Thành phần:
- ½ cốc bơ
- 2 cốc đường nâu sẫm, đóng chặt
- ½ cốc siro ngô đen
- 2 cốc kem đặc
- ¼ thìa cà phê muối
- 1 cốc hạt dẻ cười thái nhỏ, rang
- 2 thìa cà phê chiết xuất vani

Hướng dẫn
h) Lót giấy bạc vào chảo vuông có kích thước 8 inch (20cm), xịt một lớp dầu ăn chống dính và để sang một bên.
i) Đun chảy bơ trong một chiếc chảo vừa trên lửa nhỏ. Thêm đường nâu sẫm, xi-rô ngô sẫm, 1 cốc kem đặc và muối. Đun sôi, thỉnh thoảng khuấy, trong 12 đến 15 phút hoặc cho đến khi hỗn hợp đạt 225°F (110°C) trên nhiệt kế kẹo.
j) Từ từ thêm 1 cốc kem đặc còn lại. Đun sôi hỗn hợp và nấu thêm 15 phút nữa hoặc cho đến khi đạt 250°F (120°C). Nhấc khỏi bếp và thêm hạt dẻ cười và chiết xuất vani. Đổ vào chảo đã chuẩn bị.
k) Để nguội ít nhất 3 giờ trước khi lấy ra khỏi giấy bạc và cắt thành 48 miếng.
l) Cắt giấy sáp thành 48 hình vuông 3 inch (7,5cm). Đặt từng viên caramel vào giữa một hình vuông giấy sáp, cuộn giấy xung quanh caramel và xoắn các đầu giấy.

5. Hình vuông chanh

Thành phần:
- 4 muỗng canh bơ nhạt, ở nhiệt độ phòng
- 4 muỗng canh bơ, ở nhiệt độ phòng
- ½ cốc đường bột
- 2 cốc cộng với 5 thìa canh bột mì đa dụng
- 1 thìa cà phê chiết xuất vani
- Một nhúm muối
- 4 quả trứng lớn, đánh nhẹ
- 1¾ cốc đường cát
- ¼ cốc nước cốt chanh
- 1 muỗng canh vỏ chanh bào

Hướng dẫn
15. Làm nóng lò ở nhiệt độ 340°F (171°C). Phủ nhẹ một lớp dầu ăn chống dính lên khay nướng 9×13 inch (23×33cm) và để sang một bên.
16. Trong một chiếc bát lớn, dùng máy đánh trứng đánh bơ nhạt, bơ và đường bột ở tốc độ trung bình trong 3 đến 4 phút hoặc cho đến khi hỗn hợp nhẹ và xốp.
17. Thêm bột mì đa dụng, chiết xuất vani và muối vào, trộn thêm 2 đến 3 phút nữa hoặc cho đến khi hòa quyện đều.
18. Nhấn bột vào đáy khuôn đã chuẩn bị. Nướng trong 20 đến 23 phút, cho đến khi có màu vàng nâu nhạt. Để vỏ bánh nguội trong 10 phút.
19. Trong một cái bát lớn, đánh đều trứng và đường cát. Thêm nước cốt chanh Key và vỏ chanh, đánh đều.
20. Đổ hỗn hợp lên lớp vỏ bánh đã nguội và nướng trong 23 đến 25 phút hoặc cho đến khi đông lại. Để nguội hoàn toàn trước khi cắt thành 12 ô vuông.
21. Bảo quản: Bọc kín bằng màng bọc thực phẩm và bảo quản trong tủ lạnh tối đa 5 ngày.

6. Bánh granola sôcôla trắng

Thành phần:
- 1½ cốc granola
- 3 muỗng canh bơ, đun chảy
- 2 cốc sô cô la trắng tan chảy

Hướng dẫn
6. Làm nóng lò nướng ở nhiệt độ 250°F (120°C). Trên một khay nướng có viền, trộn granola và 2 thìa bơ. Đặt khay nướng vào lò nướng trong 5 phút.
7. Lấy khay nướng ra và khuấy cho đến khi granola hòa quyện hoàn toàn với bơ. Cho khay nướng vào lò nướng trong 15 phút, khuấy đều sau mỗi 5 phút. Lấy ra khỏi lò nướng và để granola nguội hoàn toàn.
8. Trong nồi hơi đôi ở nhiệt độ vừa phải, trộn sô cô la trắng tan chảy và 1 thìa bơ còn lại. Khuấy trong 5 đến 7 phút, hoặc cho đến khi sô cô la trắng tan chảy hoàn toàn và hòa quyện hoàn toàn với bơ. Nhấc khỏi bếp.
9. Khuấy granola đã nguội vào hỗn hợp sô cô la trắng. Đổ từng thìa đầy lên giấy dầu và để nguội hoàn toàn trước khi dùng.
10. Bảo quản: Bảo quản trong hộp kín ở nhiệt độ phòng trong tối đa 1 tuần.

7. Bánh kẹo bơ cứng thịt xông khói

Thành phần:
- 8 lát thịt xông khói
- ¼ cốc đường nâu nhạt, đóng chặt
- 8 muỗng canh bơ, làm mềm
- 2 muỗng canh bơ nhạt, làm mềm
- ⅓ cốc đường nâu sẫm, đóng chặt
- ⅓ cốc đường bột
- 1½ cốc bột mì đa dụng
- ½ thìa cà phê muối
- ½ cốc kẹo bơ cứng
- 1 cốc sô-cô-la đen
- ⅓ cốc hạnh nhân thái nhỏ

Hướng dẫn
6. Làm nóng lò ở nhiệt độ 350°F (180°C). Trong một bát vừa, trộn thịt xông khói và đường nâu nhạt, xếp thành một lớp trên khay nướng.
7. Nướng trong 20 đến 25 phút hoặc cho đến khi thịt xông khói có màu vàng và giòn. Lấy ra khỏi lò và để nguội trong 15 đến 20 phút. Cắt thành từng miếng nhỏ.
8. Giảm nhiệt độ lò xuống 340°F (171°C). Lót giấy bạc vào khay nướng 9×13 inch (23×33cm), xịt dầu ăn chống dính và để sang một bên.
9. Trong một cái bát lớn, trộn bơ, bơ nhạt, đường nâu sẫm và đường bột bằng máy trộn điện ở tốc độ trung bình cho đến khi hỗn hợp nhẹ và xốp. Thêm bột mì đa dụng và muối từ từ, trộn cho đến khi vừa hòa quyện. Khuấy ¼ cốc kẹo bơ cứng cho đến khi chúng được phân bổ đều.
10. Nhấn bột vào khuôn đã chuẩn bị và nướng trong 25 phút hoặc cho đến khi vàng nâu. Lấy ra khỏi lò, rắc vụn sô cô la đen và để trong 3 phút hoặc cho đến khi vụn mềm.
11. Trải đều sô cô la mềm lên trên và rắc hạnh nhân, thịt xông khói kẹo và ¼ cốc kẹo bơ cứng còn lại. Để nguội trong 2 giờ hoặc cho đến khi sô cô la đông lại. Cắt thành 16 hình vuông 2 inch (5cm).

12. Bảo quản: Bảo quản trong hộp kín trong tủ lạnh tối đa 1 tuần.

8. Thanh Dream Walnut Caramel

Thành phần:
- 1 hộp bột làm bánh vàng
- 3 thìa bơ mềm
- 1 quả trứng
- 14 ounce sữa đặc có đường
- 1 quả trứng
- 1 thìa cà phê chiết xuất vani nguyên chất
- 1/2 cốc quả óc chó xay mịn
- 1/2 cốc kẹo bơ cứng xay mịn

Hướng dẫn:
h) Làm nóng lò ở nhiệt độ 350 độ. Chuẩn bị khuôn bánh hình chữ nhật với dầu ăn xịt sau đó để sang một bên.
i) Trộn hỗn hợp làm bánh, bơ và một quả trứng trong bát trộn sau đó trộn cho đến khi vụn. Nhấn hỗn hợp vào đáy khuôn đã chuẩn bị rồi để sang một bên.
j) Trong một bát trộn khác, trộn đều sữa, phần trứng còn lại, chiết xuất, quả óc chó và kẹo bơ cứng.
k) Trộn đều và đổ lên đế trong chảo. Nướng trong 35 phút.

9. Thanh hồ đào mãn tính

THÀNH PHẦN

- 2 cốc hạt hồ đào
- 1 cốc bột sắn
- 1/2 cốc Bột hạt lanh vàng
- 1/2 cốc dừa nạo không đường
- 1/2 cốc dầu dừa Cana
- 1/4 cốc mật ong
- 1/4 muỗng cà phê Stevia lỏng

HƯỚNG DẪN

16. Đong 2 cốc hạt hồ đào và nướng trong lò ở nhiệt độ 350F trong 6-8 phút. Chỉ đủ để chúng bắt đầu có mùi thơm.
17. Lấy quả hồ đào ra khỏi lò, sau đó cho vào túi nhựa. Dùng cán bột để nghiền chúng thành từng miếng. Độ đặc không quan trọng lắm,
18. Trộn các nguyên liệu khô vào bát: 1 cốc bột sắn, 1/2 cốc bột hạt lanh vàng và 1/2 cốc dừa nạo không đường.
19. Thêm quả hồ đào nghiền nát vào bát và trộn đều lại.
20. Cuối cùng, thêm 1/2 cốc dầu dừa Cana, 1/4 cốc mật ong và 1/4 thìa cà phê Stevia lỏng. Trộn đều hỗn hợp này cho đến khi tạo thành một khối bột vụn.
21. Nhấn bột vào đĩa đựng.
22. Nướng trong 20-25 phút ở nhiệt độ 350F, hoặc cho đến khi các cạnh có màu nâu nhạt.
23. Lấy ra khỏi lò, để nguội một phần và cho vào tủ lạnh ít nhất 1 giờ.
24. Cắt thành 12 lát và dùng thìa để lấy ra.

16. Bánh vuông bơ hạnh nhân chia

THÀNH PHẦN
- 1/2 cốc hạnh nhân sống
- 1 muỗng canh + 1 muỗng cà phê dầu dừa
- muỗng canh. NOW Erythritol
- 2 muỗng canh bơ
- 1/4 cốc kem đặc
- 1/4 muỗng cà phê Stevia lỏng
- 1 1/2 muỗng cà phê chiết xuất vani

HƯỚNG DẪN

4   Thêm 1/2 cốc hạnh nhân sống vào chảo và rang trong khoảng 7 phút ở mức lửa vừa nhỏ. Chỉ đủ để bạn bắt đầu ngửi thấy mùi hạt dẻ tỏa ra.

5   Cho hạt vào máy xay thực phẩm và xay nhuyễn.

6   Khi hỗn hợp đạt độ sệt như bột, thêm 2 thìa canh NOW Erythritol và 1 thìa cà phê dầu dừa.

7   Tiếp tục nghiền hạnh nhân cho đến khi bơ hạnh nhân chuyển sang màu nâu.

8   Khi bơ đã chuyển sang màu nâu, thêm 1/4 cốc Heavy Cream, 2 thìa canh NOW Erythritol, 1/4 thìa cà phê Liquid Stevia và 1 1/2 thìa cà phê Vanilla Extract vào bơ. Giảm lửa xuống mức thấp và khuấy đều cho đến khi kem sủi bọt.

9   Xay 1/4 cốc hạt Chia trong máy xay gia vị cho đến khi thành bột.

10 Bắt đầu rang hạt chia và 1/2 cốc dừa nạo không đường trong chảo ở mức lửa vừa thấp. Bạn chỉ cần rang dừa hơi nâu.

11 Thêm bơ hạnh nhân vào hỗn hợp bơ và kem đặc rồi khuấy đều. Đun sôi hỗn hợp thành dạng sệt.

12 Trong một đĩa nướng hình vuông (hoặc bất kỳ kích thước nào bạn muốn), cho hỗn hợp bơ hạnh nhân, hỗn hợp chia rang và dừa, và 1/2 cốc kem dừa. Bạn có thể cho kem dừa vào chảo để làm tan chảy một chút trước khi cho vào.

13 Thêm 1 thìa canh dầu dừa và 2 thìa canh bột dừa rồi trộn đều tất cả lại với nhau.

14 Dùng ngón tay ấn chặt hỗn hợp vào đĩa nướng.

15 Làm lạnh hỗn hợp trong ít nhất một giờ rồi lấy ra khỏi đĩa nướng. Lúc này hỗn hợp sẽ giữ được hình dạng.

16 Cắt hỗn hợp thành hình vuông hoặc bất kỳ hình dạng nào bạn thích và để lại trong tủ lạnh ít nhất vài giờ nữa. Bạn có thể sử dụng hỗn hợp thừa để tạo thành nhiều hình vuông hơn, nhưng tôi đã ăn hết.

17 Hãy mang ra và thưởng thức theo ý thích của bạn!

16. **Hạt chia viên**

THÀNH PHẦN
- 2 thìa dầu dừa
- 1/2 cốc hạt Chia, xay
- 3 oz. Phô mai Cheddar bào sợi
- 1 1/4 cốc nước đá
- 2 muỗng canh bột vỏ hạt mã đề
- 1/4 muỗng cà phê kẹo cao su Xanthan
- 1/4 muỗng cà phê bột tỏi
- 1/4 muỗng cà phê bột hành tây
- 1/4 thìa cà phê Oregano
- 1/4 thìa cà phê bột ớt
- 1/4 muỗng cà phê muối
- 1/4 muỗng cà phê hạt tiêu

HƯỚNG DẪN
5. Làm nóng lò ở nhiệt độ 375F. Xay 1/2 cốc hạt Chia trong máy xay gia vị. Bạn muốn có kết cấu giống như bữa ăn.
6. Thêm hạt Chia xay, 2 thìa bột vỏ hạt mã đề, 1/4 thìa kẹo cao su Xanthan, 1/4 thìa bột tỏi, 1/4 thìa bột hành tây, 1/4 thìa oregano, 1/4 thìa bột ớt bột, 1/4 thìa muối và 1/4 thìa tiêu vào bát. Trộn đều tất cả các nguyên liệu này.
7. Thêm 2 thìa canh dầu dừa vào các nguyên liệu khô và trộn đều. Nó sẽ chuyển thành dạng sệt như cát ướt.
8. Thêm 1 1/4 cốc nước đá lạnh vào bát. Trộn đều. Bạn có thể cần dành thêm thời gian trộn vì hạt chia và Psyllium cần một chút thời gian để hấp thụ nước. Tiếp tục trộn cho đến khi tạo thành khối bột rắn.
9. Nạo 3 oz phô mai Cheddar và cho vào bát.
10. Dùng tay nhào bột lại với nhau. Bạn muốn bột tương đối khô và không dính khi hoàn thành.
11. Đặt bột lên tấm silpat và để yên trong vài phút.

12. Trải hoặc cán mỏng bột sao cho phủ kín toàn bộ silpat. Nếu bạn có thể cán mỏng hơn, hãy tiếp tục cán và giữ lại phần thừa để nấu lần thứ hai.
13. Nướng trong lò khoảng 30-35 phút cho đến khi chín.
14. Lấy bánh ra khỏi lò và cắt thành từng miếng nhỏ khi bánh còn nóng.
15. Bạn có thể sử dụng lưỡi dao cùn (không cắt vào silicon) hoặc thìa lớn.
16. Đặt bánh quy trở lại lò nướng trong 5-7 phút ở chế độ nướng hoặc cho đến khi mặt bánh chuyển sang màu nâu và giòn. Lấy ra khỏi lò và đặt trên giá để nguội. Khi bánh nguội, bánh sẽ giòn hơn.
17. Dùng kèm với nước sốt yêu thích của bạn. Tôi dùng sốt Aioli Chipotle tỏi rang.

18. Thanh Protein Hạt Socola

Khẩu phần: 12 thanh Thời gian chuẩn bị: 1 giờ

Thành phần:

- Bơ hạt nguyên chất 100%, 250 g
- Hạt keo rang, 1 ½ thìa cà phê
- Sữa chua không béo, 110 g
- Bột protein Whey 100%, 100 g
- Quế, 1 ½ thìa cà phê
- Hạt cacao thô, 4 thìa cà phê
- Sôcôla đen 85%, 100 g
- Chiết xuất vani nguyên chất, 1 thìa canh
- Bột protein đậu Hà Lan 100%, 30 g

Phương pháp:

e) Cho tất cả các nguyên liệu trừ sô-cô-la vào máy xay thực phẩm và xay cho đến khi mịn.

f) Làm 12 thanh từ hỗn hợp này và cho vào tủ lạnh trong 30 phút.

g) Khi thanh sô cô la đã cứng lại, hãy đun chảy sô cô la trong lò vi sóng rồi nhúng từng thanh vào sô cô la và phủ đều.

h) Xếp các thanh sô-cô-la đã phủ lớp phủ lên khay lót giấy và cho vào tủ lạnh thêm 30 phút hoặc cho đến khi sô-cô-la đông lại.

i) Thưởng thức.

19. Thanh Protein Sôcôla Đức

Khẩu phần: 12 thanh

Thời gian chuẩn bị: 2 giờ 20 phút

Thành phần:

- Yến mạch, 1 cốc
- Dừa nạo, ½ cốc + ¼ cốc, chia đều
- Bột protein đậu nành, ½ cốc
- Quả hồ đào, ½ cốc + ¼ cốc, thái nhỏ, chia đều
- Nước, tối đa ¼ cốc
- Bột ca cao, ¼ cốc
- Chiết xuất vani, 1 thìa cà phê
- Hạt cacao, 2 thìa canh
- Muối, ¼ thìa cà phê
- Chà là Medjool, 1 cốc, bỏ hạt và ngâm trong 30 phút

Phương pháp:

i) Xay yến mạch thành bột mịn sau đó thêm bột ca cao và bột protein, xay lại lần nữa.

j) Trong khi đó, để ráo nước và cho vào máy xay thực phẩm. Xay trong 30 giây rồi thêm ½ cốc dừa nạo và ½ cốc hồ đào, sau đó thêm muối và vani.

k) Tiến hành lại và tiếp tục thêm nước từng chút một và nhào bột.

l) Cho bột vào một cái bát lớn rồi thêm phần quả hồ đào và dừa còn lại, sau đó là hạt ca cao.

m) Đặt khối bột lên giấy dầu rồi phủ thêm một lớp giấy dầu nữa lên trên, tạo thành hình vuông dày.

n) Cho vào tủ lạnh trong 2 giờ, sau đó gỡ giấy dầu ra và cắt thành 12 thanh có độ dài mong muốn.

20. Thanh Protein Blueberry Bliss

Thành phần:
- 100% yến mạch cán nguyên chất không nhiễm bẩn, 1 + ½ cốc
- Hạt bí, 1/3 cốc
- Hạnh nhân nguyên hạt, ¾ cốc
- Sốt táo không đường ¼ cốc
- Quả việt quất khô, ½ cốc đầy
- Hạt hướng dương, ¼ cốc
- Bơ hạnh nhân, 1 cốc
- Xi-rô cây phong, 1/3 cốc
- Quả óc chó, 1/3 cốc
- Hạt dẻ cười, ½ cốc
- Hạt lanh xay, 1/3 cốc

Phương pháp:
p) Lót giấy sáp vào khay nướng và để sang một bên.
q) Trong một chiếc bát lớn, trộn đều yến mạch, hạnh nhân, hạt hướng dương, quả mọng khô, quả óc chó, quả hồ trăn, hạt lanh và hạt bí.
r) Rưới sốt táo và xi-rô cây phong lên trên và trộn đều.
s) Bây giờ cho bơ vào và trộn đều.
t) Đổ bột vào chảo và dàn đều từ trên xuống.
u) Đông lạnh trong một giờ. Khi hỗn hợp đông lại hoàn toàn, lật ra trên bệ bếp.
v) Cắt thành 16 thanh có độ dày và độ dài mong muốn.

21. Thanh Protein Bơ Đậu Phộng Chocolate Chip

Thành phần:

- Bột dừa, ¼ cốc
- Kem vani stevia, 1 thìa cà phê
- Bột đậu phộng, 6 muỗng canh
- Chiết xuất vani, 1 thìa cà phê
- Muối, ¼ thìa cà phê
- Sôcôla chip nhỏ, 1 thìa canh
- Dầu dừa, 1 thìa cà phê, đun chảy và để nguội bớt
- Protein đậu nành cô lập, 6 thìa canh
- Sữa hạt điều không đường, ½ cốc + 2 thìa canh

Phương pháp:

h) Lót giấy sáp vào khuôn bánh mì. Để sang một bên.
i) Trộn đều cả hai loại bột với protein đậu nành và muối.
j) Trong một bát khác, khuấy đều sữa dừa với stevia, sữa hạt điều và vani. Đổ hỗn hợp này từ từ vào hỗn hợp bột và đánh đều để trộn đều.
k) Bây giờ thêm ½ viên sô-cô-la và nhẹ nhàng trộn vào hỗn hợp.
l) Đổ hỗn hợp vào khuôn bánh mì đã chuẩn bị và dàn đều bằng thìa dẹt.
m) Phủ phần sô-cô-la vụn còn lại lên trên và đông lạnh trong 3 giờ.
n) Cắt thành lát có độ dày và chiều dài mong muốn.

22. Hạt bí ngô gai dầu thôThanh protein

Thành phần:

- Chà là Medjool, ½ cốc, bỏ hạt
- Chiết xuất vani, ½ thìa cà phê
- Hạt bí ngô, ¼ cốc
- Muối, ¼ thìa cà phê
- Quế, ½ thìa cà phê
- Bơ hạt gai dầu, ½ cốc
- Nhục đậu khấu, ¼ thìa cà phê
- Nước, ¼ cốc
- Yến mạch thô, 2 cốc
- Hạt chia, 2 thìa canh

Phương pháp:

g) Lót giấy dầu vào khay nướng và để sang một bên, ngâm chà là trong 30 phút sau đó xay cho đến khi mịn.

h) Đổ hỗn hợp vào bát rồi cho bơ gai dầu vào và trộn đều.

i) Bây giờ thêm các thành phần còn lại vào và nhẹ nhàng trộn đều.

j) Đổ vào chảo và dàn đều bằng thìa kim loại.

k) Cho vào tủ lạnh trong 2 giờ sau đó cắt thành 16 thanh.

23. Thanh Protein giòn hương gừng vani

Thành phần:

- Bơ, 2 muỗng canh
- Yến mạch, 1 cốc
- Hạnh nhân sống, ½ cốc, thái nhỏ
- Nước cốt dừa, ¼ cốc
- Dừa nạo, ¼ cốc
- Bột protein (Vanilla), 2 muỗng
- Xi-rô cây phong, ¼ cốc
- Gừng kết tinh, ½ cốc, thái nhỏ
- Ngô chiên, 1 cốc, giã thành vụn Hạt hướng dương, ¼ cốc

Phương pháp:

b) Đun chảy bơ trong chảo và thêm xi-rô cây phong. Khuấy đều.

c) Thêm sữa, sau đó là bột protein và khuấy đều. Khi hỗn hợp chuyển sang độ mịn thì tắt bếp.

d) Cho hạt hướng dương, hạnh nhân, yến mạch, ngô và ¾ miếng gừng vào bát lớn.

e) Đổ hỗn hợp vào các nguyên liệu khô và trộn đều.

f) Đổ vào khuôn bánh mì đã lót giấy sáp và dàn đều.

g) Rắc phần gừng và dừa còn lại lên trên. Nướng trong 20 phút ở nhiệt độ 325 độ F. Để nguội trước khi thái lát.

24. Thanh bánh quy bơ đậu phộng

Thành phần:

- Đậu nành chiên giòn, 5 cốc
- Nước, ½ cốc
- Mini pretzel xoắn, 6, cắt nhỏ
- Bơ đậu phộng dạng bột, 6 thìa canh
- Đậu phộng, 2 thìa canh, thái nhỏ
- Bột protein đậu nành, 6 thìa canh
- Bơ đậu phộng vụn, 2 thìa canh, cắt đôi Agave, 6 thìa canh

Phương pháp:

g) Xịt dầu ăn vào khay nướng và để sang một bên.

h) Xay nhuyễn đậu nành trong máy xay thực phẩm và cho vào bát.

i) Thêm bột protein và trộn đều.

j) Đun nóng một chiếc chảo và cho nước, agave và bơ bột vào. Khuấy trong khi nấu ở lửa vừa trong 5 phút. Để hỗn hợp sôi trong vài giây rồi cho hỗn hợp đậu nành vào khuấy liên tục.

k) Đổ hỗn hợp vào khay đã chuẩn bị và rắc bánh quy, đậu phộng và bơ đậu phộng lên trên.

l) Làm lạnh cho đến khi cứng lại. Cắt thành từng thanh và thưởng thức.

25. Thanh Protein Hạnh Nhân Nam Việt Quất

. Thành phần:

- Hạnh nhân rang muối biển, 2 cốc
- Dừa nạo không đường, ½ cốc
- Ngũ cốc gạo lứt, 2/3 cốc
- Chiết xuất vani, 1 thìa cà phê
- Nam việt quất khô, 2/3 cốc
- Hạt cây gai dầu, 1 thìa canh đầy
- Xi-rô gạo lứt, 1/3 cốc mật ong, 2 thìa canh

Phương pháp:

b) Trộn hạnh nhân với nam việt quất, hạt cây gai dầu, ngũ cốc gạo và dừa. Để riêng.

c) Cho mật ong vào chảo, sau đó cho vani và xi-rô gạo vào. Khuấy đều và đun sôi trong 5 phút.

d) Đổ nước sốt vào các nguyên liệu khô và khuấy nhanh để hòa quyện.

e) Đổ hỗn hợp vào khay nướng đã chuẩn bị và dàn đều.

f) Để lạnh trong 30 phút.

g) Khi bánh đã đông lại, hãy cắt thành những thanh có kích thước mong muốn và thưởng thức.

26. Bánh Protein Chocolate Ba Lớp

Thành phần:

- Bột yến mạch, 1 cốc
- Baking soda, ½ thìa cà phê
- Sữa hạnh nhân, ¼ cốc
- Bột protein whey sô cô la, 1 muỗng
- Hỗn hợp nướng Stevia, ¼ cốc
- Bột hạnh nhân, ¼ cốc
- Sôcôla đen vụn, 3 thìa canh
- Muối, ¼ thìa cà phê
- Quả óc chó, 3 thìa canh, thái nhỏ
- Bột ca cao đen không đường, 3 thìa canh
- Sốt táo không đường, 1/3 cốc
- Trứng, 1
- Sữa chua Hy Lạp nguyên chất, ¼ cốc
- Lòng trắng trứng lỏng, 2 thìa canh
- Bột protein whey hương vani, 1 muỗng

Phương pháp:

f) Làm nóng lò ở nhiệt độ 350 độ F.
g) Xịt dầu ăn vào khay nướng và để sang một bên.
h) Trong một cái bát lớn, trộn đều cả hai loại bột với muối, baking soda, cả hai loại bột protein và bột ca cao đen. Để riêng.
i) Trong bát khác, đánh trứng với stevia cho đến khi hòa quyện, sau đó thêm các thành phần ướt còn lại vào và đánh tiếp.
j) Dần dần khuấy hỗn hợp ướt vào hỗn hợp khô và đánh đều cho đến khi hòa quyện.
k) Thêm quả óc chó và vụn sô-cô-la vào, nhẹ nhàng trộn đều.
l) Đổ hỗn hợp vào khay đã chuẩn bị và nướng trong 25 phút.
m) Để nguội trước khi lấy ra khỏi chảo và thái lát

27. Thanh sô cô la mâm xôi

Thành phần:
- Bơ đậu phộng hoặc bơ hạnh nhân, ½ cốc
- Hạt lanh, ¼ cốc
- Agave xanh, 1/3 cốc
- Bột protein sô cô la, ¼ cốc
- Quả mâm xôi, ½ cốc
- Yến mạch cán ăn liền, 1 cốc

Phương pháp:
d) Trộn bơ đậu phộng với agave và nấu ở lửa nhỏ, khuấy liên tục.
e) Khi hỗn hợp đạt đến kết cấu mịn, thêm yến mạch, hạt lanh và protein vào. Trộn đều.
f) Thêm quả mâm xôi vào và nhẹ nhàng trộn đều.
g) Đổ bột vào khuôn đã chuẩn bị và đông lạnh trong một giờ.
h) Cắt thành 8 thanh khi đã cứng và thưởng thức.

28. Thanh bánh quy bơ đậu phộng

Thành phần:

- Yến mạch cán mỏng, ¼ cốc
- Bơ đậu phộng, 3 thìa canh
- Bột protein, ½ cốc
- Muối, một nhúm
- Chà là Medjool lớn, 10
- Hạt điều sống, 1 cốc
- Xi-rô cây phong, 2 thìa canh Đậu phộng nguyên hạt, để trang trí

Phương pháp:

u) Xay yến mạch trong máy xay thực phẩm thành bột mịn.

v) Bây giờ cho tất cả các nguyên liệu trừ đậu phộng nguyên hạt vào và xay cho đến khi mịn.

w) Nếm thử và điều chỉnh nếu bạn thích.

x) Đổ hỗn hợp vào khuôn bánh mì và rắc đậu phộng nguyên hạt lên trên.

y) Làm lạnh trong 3 giờ. Khi hỗn hợp đông lại, đặt lên quầy bếp và cắt thành 8 thanh có độ dài mong muốn.

29. Thanh Protein Muesli

Thành phần:

- Sữa hạnh nhân không đường, ½ cốc
- Mật ong, 3 thìa canh
- Quinoa, ¼ cốc, nấu chín
- Hạt chia, 1 thìa cà phê
- Bột mì, 1 muỗng canh
- Bột protein sô cô la, 2 muỗng
- Sôcôla chip, ¼ cốc
- Quế, ½ thìa cà phê
- Chuối chín, ½, nghiền nát
- Hạnh nhân, ¼ cốc, thái lát
- Muesli, 1 ½ cốc, loại bạn thích

Phương pháp:

j) Làm nóng lò ở nhiệt độ 350 độ F.
k) Khuấy sữa hạnh nhân với chuối nghiền, hạt chia và mật ong trong bát vừa và để sang một bên.
l) Trong bát khác, trộn đều các nguyên liệu còn lại.
m) Bây giờ đổ hỗn hợp sữa hạnh nhân vào các nguyên liệu khô và trộn đều.
n) Đổ bột vào khuôn và nướng trong 20-25 phút.
o) Để nguội trước khi lấy ra khỏi chảo và thái lát.

30. Thanh Protein Bánh Cà Rốt

Thành phần:

Đối với các thanh:

- Bột yến mạch, 2 cốc
- Sữa không có sữa, 1 thìa canh
- Gia vị hỗn hợp, 1 thìa cà phê
- Bột protein vani, ½ cốc
- Cà rốt, ½ cốc, nghiền nát
- Quế, 1 thìa canh
- Bột dừa, ½ cốc, rây mịn
- Xi-rô gạo lứt, ½ cốc
- Chất tạo ngọt dạng hạt tùy chọn, 2 thìa canh
- Bơ hạnh nhân, ¼ cốc

Đối với lớp phủ:

- Bột protein vani, 1 muỗng
- Nước cốt dừa, 2-3 thìa canh
- Phô mai kem, ¼ cốc

Phương pháp:

f) Để làm thanh protein, hãy trộn bột mì với hỗn hợp gia vị, bột protein, quế và chất tạo ngọt.

g) Trong một cách khác, trộn bơ với chất tạo ngọt dạng lỏng và cho vào lò vi sóng trong vài giây cho đến khi tan chảy.

h) Đổ hỗn hợp này vào bát đựng bột và trộn đều.

i) Bây giờ thêm cà rốt vào và trộn nhẹ nhàng.

j) Sau đó từ từ thêm sữa vào, khuấy liên tục cho đến khi đạt được độ sệt mong muốn.

k) Đổ vào khay đã chuẩn bị và để trong tủ lạnh trong 30 phút.

l) Trong khi đó, chuẩn bị lớp phủ và trộn bột protein với phô mai kem.

m) Dần dần thêm sữa vào và khuấy đều để có được kết cấu mong muốn.

n) Khi hỗn hợp đông lại, cắt thành những thanh có độ dài mong muốn và phủ kem lên từng thanh.

31. Thanh cam và quả kỷ tử

Thành phần:

- Bột protein whey hương vani, ½ cốc
- Vỏ cam, 1 thìa canh, nạo
- Hạnh nhân xay, ¾ cốc
- Sôcôla đen 85%, 40 g, đun chảy
- Nước cốt dừa, ¼ cốc
- Bột dừa, ¼ cốc
- Bột ớt, 1 thìa cà phê
- Tinh chất vani, 1 thìa canh
- Quả kỷ tử, ¾ cốc

Phương pháp:

g) Trộn bột protein với bột dừa trong bát.
h) Thêm các thành phần còn lại vào hỗn hợp bột.
i) Khuấy sữa và trộn đều.
j) Tạo hình thanh từ bột và xếp lên khay.
k) Đun chảy sô cô la và để nguội trong vài phút, sau đó nhúng từng thanh vào sô cô la đã đun chảy và xếp lên khay nướng.
l) Cho vào tủ lạnh cho đến khi sô-cô-la đông hoàn toàn.
m) Thưởng thức.

32. Thanh Protein Dâu Tây Chín

Thành phần:

- Dâu tây sấy khô, 60 g
- Vani, ½ thìa cà phê
- Dừa nạo không đường, 60 g
- Sữa hạnh nhân không đường, 60 ml
- Bột protein Whey không hương vị, 60 g Sôcôla đen, 80 g

Phương pháp:

j) Xay dâu tây khô cho đến khi nhuyễn sau đó thêm váng sữa, vani và dừa. Xay lại cho đến khi tạo thành hỗn hợp xay mịn.

k) Khuấy sữa vào hỗn hợp và trộn cho đến khi mọi thứ hòa quyện đều.

l) Lót giấy sáp vào khuôn bánh mì rồi đổ hỗn hợp vào.

m) Dùng thìa để dàn đều hỗn hợp.

n) Làm lạnh cho đến khi hỗn hợp đông lại.

o) Cho sô-cô-la đen vào lò vi sóng trong 30 giây. Khuấy đều cho đến khi sô-cô-la mịn và tan chảy hoàn toàn.

p) Để sô-cô-la nguội bớt rồi cắt hỗn hợp dâu tây thành tám thanh có độ dày mong muốn.

q) Bây giờ nhúng từng thanh vào sô-cô-la và phủ đều.

r) Xếp các thanh sô cô la đã phủ lên khay nướng. Khi tất cả các thanh sô cô la đã phủ đều, hãy cho vào tủ lạnh cho đến khi sô cô la đông lại và cứng lại.

33. Thanh Protein Mocha

Thành phần:

- Bột hạnh nhân, 30 g
- Bột dừa, 30 g
- Espresso, 60 g, pha mới và để nguội
- Protein whey không hương vị cô lập, 60 g
- Đường dừa, 20 g
- Bột ca cao không đường, 14 g
- Sôcôla đen với 70%-85% chất rắn ca cao, 48 g

Phương pháp:

d) Trộn tất cả các nguyên liệu khô lại với nhau.

e) Khuấy đều espresso và đánh đều cho đến khi hòa quyện, không còn cục.

f) Lúc này, hỗn hợp sẽ trở thành một khối mịn.

g) Chia thành sáu phần có kích thước bằng nhau và tạo thành từng phần thành thanh. Xếp các thanh lên một tấm giấy và phủ màng bọc thực phẩm. Làm lạnh trong một giờ.

h) Khi thanh sô cô la đã đông lại, cho sô cô la đen vào lò vi sóng và khuấy cho đến khi tan chảy.

i) Phủ từng thanh sô cô la đã đun chảy và xếp lên khay nướng có lót sáp.

j) Rưới phần sô-cô-la còn lại lên trên theo hình xoáy và cho vào tủ lạnh lần nữa cho đến khi sô-cô-la đông lại.

34. Thanh Protein Chuối Sôcôla

Thành phần:

- Chuối sấy đông lạnh, 40g
- Sữa hạnh nhân, 30 ml
- Bột protein hương chuối isolate, 70 g
- 100% bơ đậu phộng, 25 g
- Yến mạch cán không chứa gluten, 30 g
- 100% sô cô la, 40 g
- Chất tạo ngọt, tùy khẩu vị

Phương pháp:

f) Nghiền chuối trong máy xay thực phẩm. Bây giờ thêm bột protein và yến mạch, xay lại cho đến khi mịn.

g) Khuấy các nguyên liệu còn lại trừ sô-cô-la và tiếp tục xay cho đến khi mịn.

h) Đổ hỗn hợp vào khuôn bánh mì lót giấy nến và đậy bằng màng bọc thực phẩm. Làm lạnh cho đến khi cứng lại.

i) Khi thanh đã đông lại, cắt thành bốn thanh.

j) Bây giờ làm tan chảy sô cô la trong lò vi sóng và để nguội một chút trước khi nhúng từng thanh chuối vào. Phủ đều và cho các thanh vào tủ lạnh lần nữa cho đến khi sô cô la đông lại.

35. Thanh thô thiên đường

Thành phần:

- Nước cốt dừa, 2 thìa canh
- Bột ca cao không đường, tùy theo nhu cầu
- Bột protein, 1 ½ muỗng
- Bột hạt lanh, 1 thìa canh

Phương pháp:

a) Trộn tất cả các nguyên liệu lại với nhau.
b) Thoa dầu ăn dạng xịt vào khay nướng rồi đổ bột vào.
c) Để hỗn hợp ở nhiệt độ phòng cho đến khi hỗn hợp đông lại.

36. Thanh quái vật

- 1/2 cốc bơ, làm mềm
- 1 c. đường nâu, đóng gói
- 1 c. đường
- 1-1/2 c bơ đậu phộng kem
- 3 quả trứng, đánh tan
- 2 t. chiết xuất vani
- 2 muỗng canh baking soda
- 4-1/2 c. yến mạch nấu nhanh, chưa nấu chín
- 1 c. vụn sô-cô-la bán ngọt
- 1 c. sôcôla phủ kẹo

g) Trong một cái bát lớn, trộn tất cả các nguyên liệu theo thứ tự được liệt kê. Trải bột vào khuôn bánh cuộn 15"x10" đã được bôi mỡ.

h) Nướng ở nhiệt độ 350 độ trong 15 phút, hoặc cho đến khi có màu vàng nhạt.

i) Để nguội và cắt thành từng thanh. Làm được khoảng 1-1/2 tá.

37. Thanh vụn việt quất

- 1-1/2 c. đường, chia đều
- 3 c. bột mì đa dụng
- 1 thìa bột nở
- 1/4 t. muối
- 1/8 t quế
- 1 c. rút ngắn
- 1 quả trứng, đánh tan
- 1 T. bột ngô
- 4 cốc việt quất

a) Khuấy đều một cốc đường, bột mì, bột nở, muối và quế.

b) Sử dụng dụng cụ cắt bột hoặc nĩa để cắt shortening và trứng; bột sẽ bị vụn.

c) Đổ một nửa bột vào khay nướng 13"x9" đã phết mỡ; để sang một bên.

d) Trong một bát riêng, trộn đều bột ngô và lượng đường còn lại; nhẹ nhàng cho quả mọng vào.

e) Rắc đều hỗn hợp việt quất lên trên bột trong chảo.

f) Rắc phần bột còn lại lên trên. Nướng ở nhiệt độ 375 độ trong 45 phút, hoặc cho đến khi mặt bánh có màu vàng nhạt. Để nguội hoàn toàn trước khi cắt thành hình vuông. Làm một tá.

38. Thanh kẹo cao su

- 1/2 cốc bơ, đun chảy
- 1/2 thìa bột nở
- 1-1/2 c. đường nâu, đóng gói
- 1/2 t. muối
- 2 quả trứng, đánh tan
- 1/2 c. hạt băm nhỏ
- 1-1/2 c. bột mì đa dụng
- 1 c. kẹo dẻo, cắt nhỏ
- 1 t. chiết xuất vani
- Trang trí: đường bột

f) Trong một cái bát lớn, trộn đều tất cả các nguyên liệu trừ đường bột.

g) Rải bột vào khay nướng 13"x9" đã phết mỡ và rắc bột. Nướng ở nhiệt độ 350 độ trong 25 đến 30 phút, cho đến khi vàng.

h) Rắc đường bột. Để nguội; cắt thành thanh. Làm được 2 tá.

39. Thanh cuộn hạt muối

- Gói 18-1/2 oz. hỗn hợp làm bánh vàng
- 3/4 cốc bơ, đun chảy và chia đều
- 1 quả trứng, đánh tan
- 3 c. kẹo dẻo nhỏ
- Gói 10-oz. khoai tây chiên bơ đậu phộng
- 1/2 cốc siro ngô nhạt
- 1 t. chiết xuất vani
- 2 c. đậu phộng muối
- 2 cốc ngũ cốc gạo giòn

b) Trong một cái bát, trộn đều hỗn hợp bánh khô, 1/4 cốc bơ và trứng; ấn bột vào khuôn nướng 13"x9" đã phết mỡ. Nướng ở nhiệt độ 350 độ trong 10 đến 12 phút.

c) Rắc kẹo dẻo lên lớp vỏ bánh đã nướng; cho vào lò nướng thêm 3 phút nữa, hoặc cho đến khi kẹo dẻo tan chảy. Trong một chiếc chảo trên lửa vừa, đun chảy bơ đậu phộng, xi-rô ngô, bơ còn lại và vani.

d) Khuấy đều với các loại hạt và ngũ cốc. Phết hỗn hợp bơ đậu phộng lên lớp kẹo dẻo. Làm lạnh cho đến khi cứng; cắt thành hình vuông. Làm được 2-1/2 tá.

40. Thanh Cherry Rừng Đen

- 3 hộp 21-oz. nhân bánh anh đào, chia đều
- Gói 18-1/2 oz. hỗn hợp làm bánh sô cô la
- 1/4 cốc dầu
- 3 quả trứng, đánh tan
- 1/4 cốc rượu mạnh hương anh đào hoặc nước ép anh đào
- Gói 6-oz. sô cô la chip bán ngọt
- Tùy chọn: kem tươi

f) Làm lạnh 2 hộp nhân bánh cho đến khi lạnh. Dùng máy trộn điện ở tốc độ thấp, đánh đều hộp nhân bánh còn lại, hỗn hợp làm bánh khô, dầu, trứng và rượu mạnh hoặc nước ép anh đào cho đến khi hòa quyện.

g) Khuấy đều với vụn sô-cô-la.

h) Đổ bột vào khuôn nướng 13"x9" đã phết mỡ nhẹ. Nướng ở nhiệt độ 350 độ trong 25 đến 30 phút, cho đến khi tăm thử sạch; để lạnh. Trước khi ăn, rải đều nhân bánh đã ướp lạnh lên trên.

i) Cắt thành từng thanh và dùng kèm kem tươi nếu muốn. Dành cho 10 đến 12 người.

41. Thanh bỏng ngô việt quất

- Gói 3-oz. bỏng ngô vi sóng, đã nổ
- 3/4 cốc sô-cô-la trắng
- 3/4 cốc nam việt quất khô ngọt
- 1/2 cốc dừa nạo ngọt
- 1/2 cốc hạnh nhân thái mỏng, thái nhỏ
- Gói 10-oz. kẹo dẻo
- 3 thìa bơ

j) Lót giấy bạc vào khay nướng 13"x9"; xịt dầu thực vật chống dính và để sang một bên. Trong một cái bát lớn, trộn đều bỏng ngô, vụn sô cô la, nam việt quất, dừa và hạnh nhân; để sang một bên. Trong một cái chảo trên lửa vừa, khuấy kẹo dẻo và bơ cho đến khi tan chảy và mịn.

k) Đổ hỗn hợp bỏng ngô vào và trộn đều cho ngấm đều; nhanh chóng chuyển vào khay đã chuẩn bị.

l) Trải một tờ giấy sáp lên trên; ấn chặt. Làm lạnh trong 30 phút hoặc cho đến khi cứng lại. Nhấc thanh ra khỏi chảo, dùng giấy bạc làm tay cầm; lột giấy bạc và giấy sáp. Cắt thành từng thanh; làm lạnh thêm 30 phút. Làm 16 thanh.

42. Xin chào Dolly Bars

- 1/2 cốc bơ thực vật
- 1 cốc vụn bánh quy graham
- 1 c. dừa nạo ngọt
- Gói 6-oz. sô cô la chip bán ngọt
- Gói 6-oz. khoai tây chiên bơ
- lon sữa đặc có đường 14-oz.
- 1 c. quả hồ đào cắt nhỏ

e) Trộn đều bơ thực vật và vụn bánh quy graham; ấn vào khay nướng 9"x9" đã phết mỡ nhẹ. Rắc dừa, vụn sô cô la và vụn bơ đường lên trên.

f) Đổ sữa đặc lên trên; rắc hạt hồ đào. Nướng ở nhiệt độ 350 độ trong 25 đến 30 phút. Để nguội; cắt thành thanh. Làm được 12 đến 16 chiếc.

43. Thanh kem Ailen

- 1/2 cốc bơ, làm mềm
- 3/4 c. cộng với 1 T. bột mì đa dụng, chia đều
- 1/4 cốc đường bột
- 2 thìa ca cao nướng
- 3/4 cốc kem chua
- 1/2 cốc đường
- 1/3 cốc rượu mùi kem Ireland
- 1 quả trứng, đánh tan
- 1 t. chiết xuất vani
- 1/2 cốc kem tươi
- Tùy chọn: rắc sô cô la

e) Trộn đều bơ, 3/4 cốc bột mì, đường bột và ca cao trong bát cho đến khi tạo thành khối bột mềm.

f) Ấn bột vào khay nướng 8"x8" chưa phết mỡ. Nướng ở nhiệt độ 350 độ trong 10 phút.

g) Trong khi đó, trong một bát riêng, trộn đều phần bột mì còn lại, kem chua, đường, rượu mùi, trứng và vani.

h) Trộn đều; đổ lên lớp đã nướng. Cho lại vào lò và nướng thêm 15 đến 20 phút nữa, cho đến khi nhân đông lại.

i) Để nguội một chút; cho vào tủ lạnh ít nhất 2 giờ trước khi cắt thành thanh. Trong một bát nhỏ, dùng máy trộn điện ở tốc độ cao, đánh kem tươi cho đến khi tạo thành chóp cứng.

j) Phục vụ thanh bánh với một ít kem tươi và rắc chút rắc đường lên trên, nếu muốn.

k) Bảo quản lạnh. Làm được 2 tá.

44. Thanh Xoáy Chuối

- 1/2 cốc bơ, làm mềm
- 1 c. đường
- 1 quả trứng
- 1 t. chiết xuất vani
- 1-1/2 c. chuối, nghiền nát
- 1-1/2 c. bột mì đa dụng
- 1 thìa bột nở
- 1 thìa baking soda
- 1/2 t. muối
- 1/4 cốc ca cao nướng

e) Trong một cái bát, đánh đều bơ và đường; thêm trứng và vani. Trộn đều; cho chuối vào khuấy đều. Để sang một bên. Trong một cái bát riêng, trộn bột mì, bột nở, baking soda và muối; trộn vào hỗn hợp bơ. Chia bột thành hai nửa; thêm ca cao vào một nửa.

f) Đổ bột nhão vào khuôn nướng 13"x9" đã phết mỡ; múc bột sô cô la lên trên. Xoay bằng dao ăn; nướng ở nhiệt độ 350 độ trong 25 phút.

g) Để nguội; cắt thành thanh. Làm được 2-1/2 đến 3 tá.

45. Thanh bánh phô mai bí ngô

- Gói 16-oz. hỗn hợp làm bánh pound
- 3 quả trứng, chia đều
- 2 T. bơ thực vật, đun chảy và để nguội một chút
- 4 t. gia vị bánh bí ngô, chia đều
- Gói 8-oz. phô mai kem, làm mềm
- lon sữa đặc có đường 14-oz.
- 15-oz. hộp bí ngô
- 1/2 t. muối

e) Trong bát lớn, trộn hỗn hợp bánh khô, một quả trứng, bơ thực vật và 2 thìa gia vị bánh bí ngô; trộn cho đến khi vụn. Nhấn bột vào khuôn bánh cuộn thạch 15"x10" đã phết mỡ. Trong một bát riêng, đánh phô mai kem cho đến khi bông xốp.

f) Đánh tan sữa đặc, bí ngô, muối và phần trứng còn lại cùng gia vị. Trộn đều; phết lên vỏ bánh. Nướng ở nhiệt độ 350 độ trong 30 đến 40 phút. Để nguội; cho vào tủ lạnh trước khi cắt thành thanh. Làm được 2 tá.

46. Thanh Granola

Thành phần:

- Hạt bí ngô, ½ cốc
- Mật ong, ¼ cốc
- Hạt cây gai dầu. 2 muỗng canh
- Bột dừa, ½ cốc
- Quế, 2 thìa cà phê
- Bột atisô, 1 thìa canh
- Bột protein vani, ¼ cốc
- Bơ dừa, 2 thìa canh
- Quả kỷ tử, 1/3 cốc
- Hạt dẻ cười, ½ cốc, thái nhỏ
- Muối, một nhúm
- Dầu dừa, 1/3 cốc
- Sữa gai dầu, 1/3 cốc
- Vani, 1
- Hạt chia, 2 thìa canh Dừa nạo, 1/3 cốc

Phương pháp:

k) Trộn tất cả các nguyên liệu lại với nhau và dàn đều vào khuôn terrine.

l) Để lạnh trong một giờ.

m) Khi bánh đã cứng lại, cắt thành những thanh có độ dài mong muốn và thưởng thức.

47. Yến mạch bí ngô AnytimeSquares

Thành phần:

- Trứng lanh, 1 quả (1 thìa canh hạt lanh xay trộn với 3 thìa canh nước)
- Yến mạch cán không chứa gluten, ¾ cốc
- Quế, 1 ½ thìa cà phê
- Quả hồ đào, ½ cốc, cắt đôi
- Gừng xay, ½ thìa cà phê
- Đường dừa, ¾ cốc
- Bột sắn dây, 1 thìa canh
- Hạt nhục đậu khấu xay, 1/8 thìa cà phê
- Chiết xuất vani nguyên chất, 1 thìa cà phê
- Muối biển hồng Himalaya, ½ thìa cà phê
- Sốt bí ngô đóng hộp không đường, ½ cốc
- Bột hạnh nhân, ¾ cốc
- Bột yến mạch cán mỏng, ¾ cốc
- Sôcôla chip mini không phải sữa, 2 thìa canh
- Baking soda, ½ thìa cà phê

Phương pháp:

e) Làm nóng lò ở nhiệt độ 350 độ F.
f) Lót giấy sáp vào một chiếc chảo vuông và để sang một bên.
g) Trộn trứng lanh vào cốc và để yên trong 5 phút.
h) Đánh nhuyễn với đường và thêm trứng lanh và vani. Đánh lại cho đến khi hòa quyện.
i) Bây giờ thêm baking soda, quế, nhục đậu khấu, gừng và muối. Đánh đều.
j) Cuối cùng cho thêm bột mì, yến mạch, bột sắn, quả hồ đào và bột hạnh nhân vào và đánh cho đến khi hòa quyện hoàn toàn.
k) Đổ bột vào khuôn đã chuẩn bị và rắc vụn sô-cô-la lên trên.
l) Nướng trong 15-19 phút.
m) Để nguội hoàn toàn trước khi lấy ra khỏi chảo và thái lát.

48. Thanh bí ngô Red Velvet

Thành phần:

- Củ cải đường nấu chín nhỏ, 2
- Bột dừa, ¼ cốc
- Bơ hạt bí ngô hữu cơ, 1 thìa canh
- Nước cốt dừa, ¼ cốc
- Váng sữa vani, ½ cốc
- 85% sô cô la đen, đã đun chảy

Phương pháp:

g) Trộn tất cả các nguyên liệu khô lại với nhau trừ sô-cô-la.
h) Khuấy sữa vào các nguyên liệu khô và trộn đều.
i) Nặn thành những thanh có kích thước vừa phải.
j) Đun chảy sô cô la trong lò vi sóng và để nguội trong vài giây. Bây giờ nhúng từng thanh vào sô cô la đã đun chảy và phủ đều.
k) Cho vào tủ lạnh cho đến khi sô-cô-la đông lại và cứng.
l) Thưởng thức.

49. Thanh chanh tuyết

- 3 quả trứng, chia đều
- 1/3 cốc bơ, đun chảy và để nguội bớt
- 1 thìa vỏ chanh
- 3 thìa nước cốt chanh
- Gói 18-1/2 oz. hỗn hợp làm bánh trắng
- 1 c. hạnh nhân cắt nhỏ
- Gói 8-oz. phô mai kem, làm mềm
- 3 c. đường bột
- Trang trí: thêm đường bột

h) Trong một cái bát lớn, trộn một quả trứng, bơ, vỏ chanh và nước cốt chanh. Khuấy hỗn hợp bánh khô và hạnh nhân, trộn đều. Ấn bột vào khuôn nướng 13"x9" đã phết mỡ. Nướng ở nhiệt độ 350 độ trong 15 phút hoặc cho đến khi vàng. Trong khi đó, trong một cái bát riêng, đánh phô mai kem cho đến khi nhẹ và xốp; từ từ trộn đường bột. Thêm phần trứng còn lại, từng quả một, trộn đều sau mỗi lần.

i) Lấy chảo ra khỏi lò; phết hỗn hợp phô mai kem lên lớp vỏ bánh nóng. Nướng thêm 15 đến 20 phút nữa, cho đến khi phần giữa đông lại; để nguội. Rắc đường bột trước khi cắt thành thanh. Làm được 2 tá.

50. Thanh Butterscotch dễ làm

- Gói 12-oz. khoai tây chiên bơ, đã tan chảy
- 1 c. bơ, làm mềm
- 1/2 cốc đường nâu, đóng gói
- 1/2 cốc đường
- 3 quả trứng, đánh tan
- 1-1/2 t chiết xuất vani
- 2 c. bột mì đa dụng

f) Trong một cái bát, trộn vụn bơ và bơ; trộn đều. Thêm đường, trứng và vani; trộn đều.

g) Trộn bột từ từ. Đổ bột vào khuôn nướng 13"x9" đã phết mỡ nhẹ. Nướng ở nhiệt độ 350 độ trong 40 phút.

h) Để nguội và cắt thành hình vuông. Làm được 2 tá.

51. Thanh hạnh nhân anh đào

Thành phần:

- Bột protein vani, 5 muỗng
- Mật ong, 1 thìa canh
- Máy đánh trứng, ½ cốc
- Nước, ¼ cốc
- Hạnh nhân, ¼ cốc, thái lát
- Chiết xuất vani, 1 thìa cà phê
- Bột hạnh nhân, ½ cốc
- Bơ hạnh nhân, 2 thìa canh
- Anh đào đen ngọt đông lạnh, 1 ½ cốc

Phương pháp:

a) Làm nóng lò ở nhiệt độ 350 độ F.
b) Cắt hạt lựu anh đào và rã đông.
c) Trộn tất cả các nguyên liệu lại với nhau, bao gồm cả anh đào đã rã đông.
d) Đổ hỗn hợp vào khay nướng đã phết mỡ và nướng trong 12 phút.
e) Để nguội hoàn toàn trước khi lấy ra khỏi chảo và cắt thành từng thanh.

52. Thanh Caramel Crunch

Thành phần:
- 1½ cốc yến mạch cán mỏng
- 1½ cốc bột mì
- ¾ cốc đường nâu
- ½ thìa cà phê baking soda
- ¼ thìa cà phê muối
- ¼ cốc bơ tan chảy
- ¼ cốc bơ tan chảy

Toppings
- ½ cốc đường nâu
- ½ cốc đường cát
- ½ cốc bơ
- ¼ cốc bột mì
- 1 cốc hạt băm nhỏ
- 1 cốc sô cô la cắt nhỏ

Hướng dẫn:
14. Nâng nhiệt độ lò nướng lên 350 độ F. Cho yến mạch, bột mì, muối, đường và baking soda vào bát rồi trộn đều. Cho bơ và bơ thường vào và trộn cho đến khi hỗn hợp thành vụn.
15. Để lại ít nhất một cốc vụn bánh mì này để trang trí sau.
16. Bây giờ hãy chuẩn bị chảo bằng cách xịt dầu mỡ rồi đổ hỗn hợp yến mạch vào đáy chảo.
17. Cho vào lò nướng một lúc, sau đó lấy ra khi bánh đã khá nâu rồi để nguội. Tiếp theo là làm caramel.
18. Thực hiện bằng cách khuấy bơ và đường trong một chiếc chảo có đáy dày để tránh bị cháy nhanh. Để nó sủi bọt sau đó cho bột vào. Quay lại với phần yến mạch, cho thêm các loại hạt và sô cô la đã trộn, sau đó là caramel mà bạn vừa làm, và cuối cùng, phủ lên trên phần vụn bánh mì còn lại mà bạn để riêng.
19. Đặt lại vào lò và nướng cho đến khi thanh bánh có màu vàng, mất khoảng 20 phút.
20. Sau khi nướng, hãy để nguội trước khi cắt thành kích thước bạn muốn.

53. Thanh bỏng ngô nấu hai lần

Thành phần:

- 8 muỗng canh bơ
- 6 cốc kẹo dẻo hoặc kẹo dẻo mini
- 5 thìa bơ đậu phộng
- 8 cups popped caramel corn hoặc popcorn
- 1 cốc đậu phộng, thái nhỏ
- 1 cốc sô-cô-la nhỏ

Đối với Topping:

- ½ cốc kẹo dẻo mini
- ½ cốc sô-cô-la nhỏ

Hướng dẫn

4. Làm nóng lò ở nhiệt độ 350 độ F.
5. Phủ một lớp giấy dầu vào đáy một chiếc chảo vuông có cạnh 9 inch.
6. Trong một chiếc chảo lớn, đun chảy bơ. Thêm kẹo dẻo và khuấy cho đến khi tan chảy hoàn toàn. Khuấy bơ đậu phộng vào.
7. Thêm bột và trộn cho đến khi hỗn hợp đồng nhất. Đổ một nửa hỗn hợp vào khuôn đã chuẩn bị. Dùng tay sạch ẩm ấn bỏng ngô xuống và cố gắng tạo thành lớp dày đều.
8. Rắc thêm hạt đậu phộng và vụn sô-cô-la.
9. Nhấn phần hỗn hợp kem còn lại lên trên hạt dẻ và sô-cô-la.
10. Rắc phần kẹo dẻo và sô cô la chip còn lại lên trên, sau đó cho vào lò nướng trong 5-7 phút.
11. Để nguội rồi cho vào tủ lạnh trước khi cắt.

54. Thanh bánh quy không cần nướng
Thành phần:

- 1/2 cốc bơ tan chảy
- 1 ½ cups Graham cracker crumbs
- Một pound đường bột (3 đến 3 1/2 cốc)
- 1 ½ cốc bơ đậu phộng
- 1/2 cốc bơ, đun chảy
- 1 (12 ounces) túi sữa cocolate cips

Hướng dẫn:
6. Trộn vụn bánh quy Graham, đường và bơ đậu phộng; trộn đều.
7. Trộn đều bơ cần tây đã đun chảy vào cho đến khi hòa quyện.
8. Nhấn đều hỗn hợp vào khuôn có kích thước 9 x 13 inch.
9. Đun chảy sô-cô-la chip trong lò vi sóng hoặc trong nồi hấp cách thủy.
10. Phết lên hỗn hợp bơ đậu phộng.
11. Làm lạnh cho đến khi đông lại và cắt thành thanh. (Những thanh này rất khó cắt nếu sô-cô-la trở nên "cứng như đá ").

55. Thanh hạnh nhân chanh

Năng suất: 32 thanh chanh

Thành phần:

- 1/4 cốc đường cát
- 3/4 cốc bơ tẩm cần sa (làm mềm)
- 1 teaspoon vỏ chanh
- 2 cốc bột mì đa dụng
- 1/4 muỗng cà phê trên bàn

Đối với bột làm bánh chanh:

- 6 quả trứng lớn
- 2 cốc đường
- 1/4 cốc gừng băm nhỏ, kết tinh
- 1/2 cốc bột mì nguyên chất
- 1 thìa cà phê bột nở
- 2 bàn nước sốt chanh
- 2/3 cốc nước cốt chanh tươi

Đối với hỗn hợp hạnh nhân:

- 3/4 cốc bột mì
- 1/2 cốc đường
- 1/4 thìa cà phê muối
- 1/4 cốc bơ (đã tan chảy)
- 1/2 cốc hạnh nhân thái lát
- Trang trí tùy chọn: rắc một ít đường xay, kem tươi, v.v.

Hướng dẫn:

Đối với vỏ bánh Lemon Bar:

6. Làm nóng lò nướng ở nhiệt độ 350 độ F.
7. Sử dụng máy trộn đứng hoặc cầm tay, đánh 1/4 cốc đường, 3/4 cốc bơ mềm và 1 thìa vỏ chanh ở tốc độ trung bình trong 2 phút hoặc cho đến khi hỗn hợp trở nên mịn.

8. Trong một bát lớn riêng, trộn 2 cốc bột mì và 1/4 thìa cà phê muối. Dần dần thêm các nguyên liệu khô (bột mì và muối) vào bơ kem, đường và trứng. Trộn đều cho đến khi tất cả các nguyên liệu hòa quyện hoàn toàn.

9. Sau khi trộn xong lớp vỏ bột, hãy chuẩn bị một đĩa nướng 9x13 inch với một ít chất chống dính. Đặt đĩa rỗng đã phết mỡ vào tủ lạnh để làm lạnh ít nhất 15 phút trước khi nướng.

10. Lấy đĩa ra khỏi tủ lạnh và ấn bột vào khuôn cho đến khi tạo thành một lớp đồng nhất. (Đừng bỏ sót các góc!)

11. Nướng vỏ bánh trong lò đã được làm nóng trước từ 15 đến 20 phút hoặc cho đến khi bánh có màu nâu nhạt.

12. Lấy lớp vỏ bánh ra khỏi lò và giảm nhiệt độ lò xuống còn 325 độ F.

13. Bây giờ hãy để phần vỏ bánh sang một bên.

Đối với bột làm bánh chanh:

9. Đánh tan 6 quả trứng và 2 cốc đường.

10. Trong máy xay thực phẩm hoặc máy xay sinh tố, cho 1/2 cốc bột mì cùng với 1/4 cốc gừng kết tinh vào. Trộn đều hai nguyên liệu với nhau cho đến khi hòa quyện hoàn toàn. Tiếp tục cho bột mì và gừng vào một chiếc bát cỡ vừa.

11. Khuấy 1 thìa cà phê bột nở vào hỗn hợp bột mì và gừng.

12. Từ từ đổ từng mẻ bột mì và hỗn hợp gừng vào bát đựng trứng và đường.

13. Đánh đều nước cốt chanh và 2 thìa vỏ chanh cho đến khi hòa quyện hoàn toàn và mịn.

14. Đổ hỗn hợp thanh chanh lên lớp vỏ bánh đã phủ đường, lắc và lắc đĩa để loại bỏ hết bọt khí.

15. Nướng thanh chanh trong lò đã được làm nóng trước trong vòng 15 đến 20 phút hoặc cho đến khi phần nhân chanh gần đông lại.

16. Lấy thanh chanh ra khỏi lò và để sang một bên ngay bây giờ.

Đối với hỗn hợp hạnh nhân thái lát:

4. Khuấy đều 3/4 cốc bột mì, 1/2 cốc đường và 1/4 thìa cà phê muối còn lại trong một cái bát nhỏ.

5. Đổ 1/4 cốc bơ đã đun chảy vào và khuấy đều các nguyên liệu cho đến khi chúng hòa quyện đều.
6. Thêm 1/2 cốc hạnh nhân thái lát và khuấy thêm lần nữa.
7. Rắc hỗn hợp hạnh nhân và đường lên thanh chanh nóng, sau đó cho thanh chanh trở lại lò nướng thêm 20 đến 25 phút nữa hoặc cho đến khi chúng có màu vàng nhạt.
8. Lấy thanh chanh ra khỏi lò và để nguội trong đĩa nướng trên giá đỡ bằng lưới kim loại trong ít nhất 1 giờ.
9. Cắt thanh chanh thành từng miếng nhỏ và dùng ngay với một ít đường xay nếu bạn thích.

56. Thanh sô cô la

Thành phần:

- 1/4 cốc bơ
- 4 cốc sô cô la

Hướng dẫn:

6. Đun chảy sô cô la trong một chiếc bát sạch, khô đặt trên một chiếc chảo nước sôi nhẹ. Nếu bạn muốn làm mềm sô cô la, hãy thêm bơ vào.
7. Khi sô cô la đã tan chảy (và được tôi luyện, nếu tôi luyện sô cô la), hãy lấy bát ra khỏi chảo và lau sạch hơi ẩm ở đáy bát.
8. Đổ hoặc múc một lớp sô cô la vào khuôn của bạn. Gõ chúng xuống quầy một vài lần để sô cô la được phân bổ đều và giải phóng bất kỳ bọt khí nào; sau đó làm việc nhanh chóng, phủ lên trên bất kỳ loại hạt, trái cây khô hoặc các thành phần khác mà bạn muốn và ấn nhẹ chúng vào.
9. Bạn cũng có thể khuấy các nguyên liệu vào sô cô la, chẳng hạn như hạt rang, hạt nêm, ngũ cốc gạo giòn, kẹo dẻo cắt nhỏ hoặc các nguyên liệu khác, sau đó đổ hỗn hợp vào khuôn.)
10. Ngay lập tức cho các thanh sô cô la vào tủ lạnh cho đến khi đông lại. Nếu sử dụng sô cô la đã được làm lạnh, chúng sẽ không mất quá năm phút để đông lại. Nếu không, sô cô la sẽ mất nhiều thời gian hơn.

57. Thanh yến mạch

Thời gian chuẩn bị: 15 phút
Thời gian nấu: 25-30 phút
Khẩu phần: 14-16
Thành phần:

- 1¼ cốc yến mạch cán mỏng kiểu cũ
- 1¼ cốc bột mì đa dụng
- ½ cốc quả óc chó rang băm nhỏ (xem Ghi chú)
- ½ cốc đường
- ½ thìa cà phê baking soda
- ¼ thìa cà phê muối
- 1 cốc bơ, đun chảy
- 2 thìa cà phê vani
- 1 cốc mứt chất lượng tốt
- 4 chiếc bánh quy graham nguyên (8 miếng vuông), nghiền nát
- Kem tươi, để phục vụ (tùy chọn)

Hướng dẫn:

4. Làm nóng lò ở nhiệt độ 350°F. Bôi mỡ vào khay nướng vuông 9 inch. Cho yến mạch, bột mì, quả óc chó, đường, baking soda và muối vào bát và trộn đều. Trong bát nhỏ, trộn bơ và vani. Thêm hỗn hợp bơ vào hỗn hợp yến mạch và trộn cho đến khi vụn.

5. Giữ lại 1 cốc để phủ lên trên, và ấn hỗn hợp yến mạch còn lại vào đáy khay nướng. Trải đều mứt lên trên. Thêm bánh quy nghiền vào hỗn hợp yến mạch còn lại và rắc lên mứt. Nướng trong khoảng 25 đến 30 phút, hoặc cho đến khi các cạnh chuyển sang màu nâu. Để nguội hoàn toàn trong khay trên giá.

6. Cắt thành 16 ô vuông. Dùng ngay, thêm một ít kem tươi nếu muốn.

7. Bảo quản trong hộp thủy tinh trong tủ lạnh sẽ giúp bảo quản được lâu hơn.

58. Thanh Pecan dai

Thành phần:
- Xịt chống dính khi nướng
- 2 cốc cộng thêm
- 2 thìa bột mì đa dụng, chia đều
- ½ cốc đường cát
- 2 muỗng canh cộng thêm
- 2 thìa bơ
- 3½ thìa bơ nhạt, cắt thành từng miếng
- ¾ thìa cà phê cộng với một nhúm muối kosher, chia đều
- ¾ cốc đường nâu sẫm đóng gói
- 4 quả trứng lớn
- 2 thìa chiết xuất vani
- 1 cốc siro ngô nhạt
- 2 cốc quả hồ đào cắt nhỏ
- Quả hồ đào cắt đôi

Hướng dẫn:

11. Làm nóng lò ở nhiệt độ 340°F. Thoa dầu chống dính vào chảo và lót giấy dầu sao cho thừa ra ở hai bên để bạn có thể dễ dàng nhấc thanh bánh ra khỏi chảo.

12. Sử dụng máy xay sinh tố hoặc máy chế biến thực phẩm, xay bột, đường, các loại bơ và ¾ thìa cà phê muối cho đến khi hòa quyện. Hỗn hợp sẽ tạo thành các cục.

13. Đổ bột vào khuôn đã chuẩn bị. Ấn chặt và đều bột vào đáy khuôn. Dùng nĩa đâm thủng toàn bộ lớp vỏ bánh và nướng cho đến khi có màu vàng nâu nhạt đến vàng vừa, từ 30 đến 35 phút.

14. Sử dụng cùng một bát máy xay thực phẩm, trộn đường nâu, 2 thìa bột mì còn lại, một nhúm muối, trứng, vani và xi-rô ngô. (Thêm xi-rô ngô vào cuối cùng để nó không bị dính vào đáy máy xay thực phẩm.)

15. Trộn cho đến khi hòa quyện hoàn toàn. Đổ hỗn hợp vào bát lớn

    và thêm quả hồ đào vào.
16. Đổ đều hỗn hợp hồ đào lên lớp vỏ bánh đã nướng. Đặt thêm một vài nửa quả hồ đào lên trên phần nhân để trang trí.
17. Đặt chảo trở lại lò và nướng cho đến khi phần giữa vừa đông lại trong 35 đến 40 phút. Trong trường hợp bên trong vẫn còn rung lắc, hãy đợi thêm vài phút nữa; nếu bạn thấy thanh bánh bắt đầu phồng lên ở giữa, hãy lấy chúng ra ngay. Đặt chúng vào giá và để nguội trước khi cắt thành hình vuông 16 (2 inch) và nhấc thanh bánh ra.
18. Bảo quản: Bảo quản thanh trong hộp kín ở nhiệt độ phòng trong 3 đến 5 ngày hoặc đông lạnh đến 6 tháng. Chúng có thể rất dính, vì vậy hãy bọc chúng trong giấy dầu hoặc giấy sáp.

PHẦN KẾT LUẬN

Những thanh tráng miệng ngon nhất thường có nhiều lớp hương vị và có nhiều biến thể, khả năng là vô tận, hãy xem bạn có thể nghĩ ra được điều gì nhé!

Thanh tráng miệng cũng là một món quà Giáng sinh thực sự tuyệt vời hoặc bất kỳ món quà nào khác cho bạn bè và gia đình vào những dịp đặc biệt. Ai lại không muốn nhận được một gói hàng được trang trí đẹp mắt chứa đầy những thanh tráng miệng tự làm? Đó có thể là một trong những món quà tuyệt vời nhất từ trước đến nay! Chúng có thời hạn sử dụng khá dài và có thể nướng trước vài ngày. Chúng cũng có thể được bảo quản trong tủ đông nếu được bọc chặt bằng màng bọc thực phẩm.

Với cuốn sách dạy nấu ăn này, bạn chắc chắn sẽ khiến khách của mình muốn quay lại để thưởng thức thêm một món nữa!

Milton Keynes UK
Ingram Content Group UK Ltd.
UKHW022128251124
451529UK00012B/736

9 781836 871996